നീലപ്പെൻസിൽ

neelapencil

•

retold

sathyan kallurutti

•

first edition

may 2018

•

typesetting

star communications, thiruvananthapuram

•

published

chintha publishers, thiruvananthapuram

•

cover

midas

വിതരണം

ദേശാഭിമാനി ബുക്ക് ഹൗസ്

H O തിരുവനന്തപുരം–695 035

Ph: 0471-2303026, 6063020

www.chinthapublishers.com

chinthapublishers@gmail.com

ബ്രാഞ്ചുകൾ

ഹെഡ്ഡാഫീസ് ബ്രാഞ്ച് കുന്നുകുഴി • സ്റ്റാച്യു തിരുവനന്തപുരം • കെ എസ് ആർ ടി സി ബസ് സ്റ്റേഷൻ ആലപ്പുഴ • കെ എസ് ആർ ടി സി ബസ് സ്റ്റേഷൻ എറണാകുളം • ഐ ജി റോഡ് കോഴിക്കോട് • കെ എസ് ആർ ടി സി ബസ് സ്റ്റേഷൻ കോഴിക്കോട് • എൻ ജി ഒ യൂണിയൻ ബിൽഡിങ് കണ്ണൂർ • സെൻട്രൽ ബസ് ടെർമിനൽ കോംപ്ലക്സ് താവക്കര കണ്ണൂർ

CO - 2862 / 4648

ISBN - 978-93-87842-34-2

നീലപ്പെൻസിൽ

ലോകോത്തര എഴുത്തുകാരികളുടെ ക്ലാസിക് ബാലകഥകൾ

പുനരാഖ്യാനം:

സത്യൻ കല്ലുരുട്ടി

ചിന്ത പബ്ലിഷേഴ്സ്
തിരുവനന്തപുരം-695 035

സത്യൻ കല്ലുരുട്ടി

കോഴിക്കോട് ജില്ലയിൽ ഓമശ്ശേരിക്കടുത്ത കല്ലുരുട്ടിയിൽ ജനനം. കാലിക്കറ്റ് സർവ്വകലാശാലയിൽനിന്ന് മലയാളത്തിൽ ബിരുദാനന്തരബിരുദം. വിപണി കീഴടക്കിയ ഒട്ടേറെ പുസ്തകങ്ങളുടെ രചയിതാവ്. പത്രപ്രവർത്തകൻ. ചലച്ചിത്ര തിരക്കഥാകൃത്ത്, ആകാശവാണി അനൗൺസർ തുടങ്ങിയ നിലകളിലും പ്രവർത്തിക്കുന്നു. *ആൻഫ്രാങ്ക്, പ്രണയത്തിന്റെ മുന്തിരിത്തോപ്പുകൾ, അവകാശികളായ ആടുകൾ, നിഗൂഢ പ്രപഞ്ചം, പ്രപഞ്ചം എൻസൈക്ലോപീഡിയ, മഴ* തുടങ്ങിയ നൂറിലേറെ പുസ്തകങ്ങൾ രചിച്ചു. ഇംഗ്ലീഷ് കന്നഡ ഭാഷകളിലേക്ക് രചനകൾ വിവർത്തനം ചെയ്യപ്പെട്ടിട്ടുണ്ട്.

വിലാസം : കല്ലുരുട്ടി
ഓമശ്ശേരി
കോഴിക്കോട്

ഫോൺ : 9745263245

ഉള്ളടക്കം

പ്രസാധകക്കുറിപ്പ്

വിശ്വോത്തര കഥകൾ നമ്മുടെ കുട്ടികളും വായിക്കണം. അനുഭൂതികളുടെ മാസ്മരിക ലോകത്തേക്ക് സഞ്ചരിക്കാൻ അതവരെ സഹായിക്കും. കുട്ടികൾ വായിക്കേണ്ടത് എത്തരം കഥകളാണെന്നു ചോദിച്ചാൽ കൃത്യമായ മറുപടി നല്കാനാവില്ല. ജീവിതത്തിൽനിന്നും അകന്നു നില്ക്കുന്ന ഫെയറി ടെയിൽസ് മാത്രമല്ല അവർക്ക് ഇഷ്ടമാകുന്നത്. ജീവിതത്തിന്റെ സ്പർശത്താൽ പൂത്തുലയുന്ന കഥകളും അവർക്ക് ഇഷ്ടമാകും. കുറെക്കൂടി മികച്ച മനുഷ്യരാകാൻ കുട്ടികളെ പ്രേരിപ്പിക്കുന്ന കഥകളാണിവിടെ സത്യൻ കല്ലുരുട്ടി പുനരാഖ്യാനം നടത്തുന്നത്. കാതറീൻ മാൻസ് ഫീൽഡ്, എലിസബത്ത് ലാങ്ഗസ്സർ, സെൽമ ലാംഗർ ലോഫ്, മദാം ഡി ബ്യൂമോൻഡ്, ആൻഫ്രാങ്ക്, സാറാ ഓൺജെവെറ്റ് എന്നീ ആറ് സ്ത്രീ എഴുത്തുകാർ രചിച്ച മികച്ച ബാലകഥകളാണ് ഇതിൽ ഉൾപ്പെടുത്തിയിട്ടുള്ളത്.

ചിന്ത പബ്ലിഷേഴ്സ്

വെളുത്ത മുഖമുള്ള കുട്ടികൾ

കാതറിൻ മാൻസ്ഫീൽഡ്

പട്ടണത്തിൽനിന്നും അരമണിക്കൂർ സഞ്ചരിച്ചാൽ കഥ നടക്കുന്ന ബിയുടെ വസതിയിൽ എത്തിച്ചേരാനാവും. ബി ഭാര്യയൊന്നിച്ചിരുന്നു പ്രഭാത ഭക്ഷണം കഴിക്കുകയായിരുന്നു അന്ന്. അവരുടെ തീൻമുറിയും വിശ്രമമുറിയുമൊക്കെ ഒന്നുതന്നെ. അടുപ്പിൽ തീ എരിഞ്ഞുകൊണ്ടിരിക്കുന്നു. പുറത്ത് തോട്ടം പണിയാനായി ഇട്ടിരിക്കുന്ന സ്ഥലമാകെ മഞ്ഞു നിറഞ്ഞിരിക്കുന്നു. അവിടേക്കു തുറക്കുന്ന ജനാലകൾ അടച്ചിരിക്കുകയാണ്. മുട്ട, പന്നിമാംസം, പൊരിച്ച റൊട്ടി തുടങ്ങിയവയുടെ മണം വായുവിൽ പരക്കുന്നു. റേഷനിങ് സമ്പ്രദായം യുദ്ധം തീർന്നതോടെ അവസാനിച്ചിരിക്കുകയാണ്. ദിവസേനയുള്ള പ്രതിബന്ധങ്ങളെ തരണംചെയ്യാൻ നല്ല ഭക്ഷണം കഴിക്കുക നിർബ്ബന്ധമാക്കിയിരിക്കുകയാണ് അയാൾ. പ്രഭാത ഭക്ഷണത്തിൽ ഇംഗ്ലീഷുകാരന് തുല്യനാണ് അയാൾ. പ്രാതൽ കഴിച്ചില്ലെങ്കിൽ അയാൾ തകർന്നതുതന്നെ. ഒരു കഷണം റൊട്ടിയും, ഒരു കപ്പു കാപ്പിയും കഴിച്ച ഒരു യൂറോപ്യൻ ബി ചെയ്യുന്ന ജോലിയുടെ പകുതി ചെയ്തുതീർക്കുമെന്ന് നിങ്ങൾ അയാളോടു പറയാൻ പോകേണ്ട. അതുകേട്ടാൽ അയാൾ എന്തും ചെയ്തെന്നിരിക്കും.

മിസ്റ്റർ ബി ഒത്ത ശരീരമുള്ളവൻ. അയാൾക്ക് പട്ടാളത്തിൽ ചേരാനായില്ല. ഉള്ള ജോലി ഏറ്റെടുക്കാൻ ഒരാളെ തേടി

അയാളൊരു നാലുകൊല്ലമെങ്കിലും നടന്നിരിക്കണം. എന്തു ഫലം!

അയാൾ പത്രം വായിച്ച് തീൻമുറിയിൽത്തന്നെ ഇരിക്കുന്നു. മിസ്സിസ് ബി തടിച്ചുരുണ്ട യുവതിയാണ്. അവൾ കുഞ്ഞു ബിയെ വാത്സല്യത്തോടെ നോക്കി കോഫിസെറ്റിനരികിലിരിക്കുകയാണ്. കുഞ്ഞു ബി ഇരുവർക്കും മദ്ധ്യത്തിലായി ഉയരം കൂടിയ ഒരു കസേരയിലിരിക്കുന്നു. ശരീരത്തിൽ ഒരു തൂവാല ചുറ്റിയിട്ടുണ്ട്. പാതിവെന്ത ഒരു മുട്ട സ്പൂൺകൊണ്ട് തട്ടിപ്പൊട്ടിക്കാനുള്ള ശ്രമത്തിലാണവൻ.

ഇത്തരക്കാരായ മാതാപിതാക്കൾക്ക് പറ്റിയ ഒരു കുഞ്ഞൊന്നുമല്ല കുഞ്ഞു ബി. കുതിരക്കുട്ടിയെപ്പോലെ തടിച്ചവനോ, മുട്ടയെപ്പോലെ ഉരുണ്ടവനോ, കൊഴുക്കട്ട രൂപിയോ ഒന്നുമായിരുന്നില്ല അവൻ. ചെറിയ കാലും എലിരോമം പോലത്തെ തലമുടിയും, തുറിച്ച കണ്ണും അവനുണ്ടായിരുന്നു. വളർച്ചയെത്താത്ത രൂപവും.

ചുറ്റിലുമുള്ളതൊന്നും അവനു ചേർന്നതായിരുന്നില്ല. എല്ലാം വലുത്. അതിൽ ചെന്ന് തട്ടിയാൽ അവൻ മറിഞ്ഞുവീഴും. അതോടെ പോക്ക് നിലയ്ക്കും. ഭയവും, കിതപ്പും അവനെ മൂടും. ഇത് തടയാൻ ഒരു മാർഗ്ഗവും മിസ്റ്റർ ബിക്കും മിസ്സിസ് ബിക്കും കണ്ടെത്താനായില്ല. നിലത്തു വീണ അവനെ പൊക്കി നിലത്തു നിർത്താനേ അവർക്കാവൂ. സുഖമില്ലാത്ത കുട്ടിയായി മിസ്സിസ് ബി അവനെ കണക്കാക്കി. മിസ്റ്റർ ബി ഓർമ്മിക്കും; ഇവന്റെ പ്രായത്തിൽ താനെന്തൊരു മിടുക്കൻ കുട്ടിയായിരുന്നെന്ന്...

"ഇവിടെന്താ രണ്ടുതരം മുട്ടകളില്ലാത്തെ?"

കുഞ്ഞു ബി ചോദിച്ചു.

"കുട്ടികൾക്ക് ചെറിയ മുട്ടയും, വലിയവർക്ക് ഇതുപോലെയുള്ള വലിയ മുട്ടകളും ഇല്ലാത്തത്?"

"സ്കോച്ച് ഹെയേഴ്സ്"

മിസ്റ്റർ ബി പറഞ്ഞു

"നല്ല സ്കോച്ച് ഹെയർ. അഞ്ചുപൗണ്ട് മൂന്നു ഷില്ലിങ് ഒന്നിന്. ഒരെണ്ണം എങ്ങനെ വാങ്ങും പെണ്ണേ?"

"അത് നല്ലൊരു മാറ്റമാവും അല്ലേ?"

മിസ്സിസ് ബി അംഗീകരിച്ചു.

മേശയ്ക്കിരുഭാഗത്തും പരസ്പരം നോക്കിക്കൊണ്ട് അവർ ഇരുന്നു.

മിസ്സിസ് ബി പറഞ്ഞു.

"ആഴ്ചയ്ക്കൊടുവിൽ അത് കഴിക്കാം. ഒരു മാട്ടിറച്ചി കഷണം എനിക്കു തരാമെന്നു പറഞ്ഞിട്ടുണ്ട് ഇറച്ചിക്കടക്കാരൻ.. വാങ്ങാതിരിക്കുന്നത് ശരിയല്ല. മുയലിന്റെ ഇറച്ചി പുതുമയായേക്കും. എന്നാൽ മാട്ടിറച്ചിയുടെ സ്വാദ് ഒന്നുവേറെതന്നെ."

മേശമേൽ കൈവിരൽകൊണ്ട് താളമിട്ട് മിസ്റ്റർ ബി പറഞ്ഞു.

"മുയലിറച്ചി സൂപ്പ് ലോകത്ത് ഒന്നാന്തരം വിഭവമാണ്."

"ഹാ..."

അപ്പോഴാണ് കുഞ്ഞു ബി ഉറക്കെ ശബ്ദിച്ചത്.

"എത്ര കുരുവികളാ നമ്മുടെ മുറ്റത്തിറങ്ങിയിരിക്കുന്നത്... അമ്മേ നോക്കൂ."

കൈയിലെ സ്പൂൺ വീശി വീശി അവൻ ആർത്തുവിളിക്കുകയായിരുന്നു.

ജനാല അടഞ്ഞുകിടക്കുകയായിരുന്നുവെങ്കിലും പുറത്ത്, തോട്ടത്തിൽനിന്ന് ആ ആരവം അവർക്കു കേൾക്കാം. ചിലമ്പലും, കൂവലും കാതിലേക്കൊഴുകിയെത്തി.

"നീ പ്രാതൽ കഴിക്ക്."

മിസ്സിസ് ബി പറഞ്ഞു.

"മോനേ... മുട്ട ശ്രദ്ധിച്ചു പൊട്ടിക്കണേ"

മിസ്റ്റർ ബി ഇങ്ങനെയാണ് പറഞ്ഞത്.

പക്ഷേ, അവൻ അതൊന്നും ശ്രദ്ധിക്കാതെ വിളിച്ചു പറഞ്ഞു.

"അച്ഛാ നോക്കൂ. ഇവയെല്ലാം എപ്പോഴും ആഹ്ലാദിച്ചു പറക്കുകയായി.. തെല്ലും അടങ്ങിയിരിക്കുന്നേയില്ല.. അവയ്ക്ക് വിശന്നിട്ടാവുമോ?"

കുരുവികളുടെ 'ചിക് ചിക്' ശബ്ദം ഉയർന്നു. പക്ഷേ, ഭക്ഷണത്തിൽ മുഴുകിയതിനാൽ മിസ്റ്റർ ബിയും മിസ്സിസ് ബിയും അതൊന്നുമറിഞ്ഞില്ല. മിസ്റ്റർ ബി പറഞ്ഞു.

"നമുക്കത് അടുത്ത വാരത്തിലേക്കു മാറ്റിവെക്കാം. കിട്ടി

യാൽ ഭാഗ്യം!"

മിസ്സിസ് ബി അതിനെ അനുകൂലിച്ചു.

"അതെ. അതാണ് നന്നാവുക."

അപ്പോൾ മിസ്റ്റർ ബി പത്രത്തിൽ മറ്റൊരു കാര്യം കണ്ടു.

"വില കുറച്ചു കിട്ടാറുള്ള ഈന്തപ്പഴം നീ വാങ്ങിയോ?"

"വാങ്ങി. ഇന്നലെ രണ്ടു റാത്തൽ."

"ഈന്തപ്പഴം കൊണ്ടുള്ള പുഡ്ഡിങ് രുചികരം തന്നെ."

മിസ്റ്റർ ബി പറഞ്ഞു.

പരസ്പരം നോക്കി. രണ്ടാളുടേയും കൺനിറയെ അപ്പോൾ ഇരുണ്ട വട്ടത്തിലുള്ള പുഡ്ഡിങ്ങായിരുന്നു.

"അതും ഒരു പുതുമയായിരിക്കും അല്ലേ?"

മിസ്സിസ് ബി അന്വേഷിച്ചു.

തണുത്ത പുല്ലിൽ കുരുവികൾ അപ്പോഴും വെപ്രാളത്തോടെ പായുകയും, ചിറകടിക്കുകയും ചെയ്തുകൊണ്ടിരുന്നു. കുഞ്ഞു ബി തനിക്കുകിട്ടിയ മുട്ട അപ്പോഴേക്കും തിന്നു കഴിഞ്ഞിരുന്നു. കസേരയിൽ നിന്നിറങ്ങി തന്റെ റൊട്ടിയും ജാമുമായി അവൻ ജനാലയ്ക്കരികിലേക്കു ചെന്നു.

കുഞ്ഞു ബി പറഞ്ഞു:

"ജനാല തുറക്കട്ടോ.. കുറച്ച് റൊട്ടിക്കഷണങ്ങൾ നമുക്കവർക്കു കൊടുക്കാം. പ്ലീസ്!"

മിസ്സിസ് ബി പറഞ്ഞു:

"വെറുതെയിരിക്ക്!"

മിസ്റ്റർ ബി പറഞ്ഞു.

"ജനൽ തുറന്നാൽ അവ നിന്റെ തലയിൽ കൊത്തിപ്പറിക്കും."

കുഞ്ഞു ബി കരഞ്ഞു പറഞ്ഞു:

"സാരമില്ല... അവർക്ക് വല്ലാതെ വിശക്കുന്നുണ്ട്!"

കാതുകളിൽ അപ്പോഴും കുരുവികളുടെ ദീനശബ്ദങ്ങൾ മുഴങ്ങിക്കൊണ്ടിരുന്നു.

ജനാലയ്ക്ക് താഴെ വച്ചു ചെടിച്ചട്ടിയിലേക്ക് കുഞ്ഞു ബി തന്റെ പാത്രത്തിലെ റൊട്ടിയും ജാമും വിതറി. അവൻ ജനാല കർട്ടൻ മാറ്റി അവയെ നോക്കി. മിസ്റ്റർ ബിയും മിസ്സിസ് ബിയും പത്രം വായനയിൽ മുഴുകിയിരിക്കുകയായിരുന്നു. കൂപ്പൺ

കൂടാതെ കിട്ടുന്ന ആഹാരസാധനങ്ങൾ എന്തെല്ലാമാണെന്നാണ് അന്വേഷണം. റേഷൻകാർഡ് മെയ് മാസം വരെ മതിയാകും. പിന്നെ പാൽക്കട്ടികളുടെ പ്രവാഹമാകും.

ജാലകവാതിലിലൂടെ കുഞ്ഞു ബി പുല്ലിൽ ഓടിക്കളിക്കുന്ന കുരുവികളെ നോക്കിനിന്നു. അവൻ നോക്കിയിരിക്കെ അവയുടെ വലിപ്പം കൂടിക്കൊണ്ടിരുന്നു. രൂപം മാറി.. അവ ചെറിയ ആൺകുട്ടികളായി പരിണമിച്ചു. തവിട്ടു നിറത്തിലുള്ള കോട്ടു ധരിച്ച ആൺകുട്ടികൾ. അവർ ചാടിച്ചാടി ശബ്ദം വച്ചു.

"എന്തെങ്കിലും തിന്നാൻ തരണേ... എന്തെങ്കിലും തിന്നാൻ തരണേ!"

കുഞ്ഞു ബി കർട്ടനിൽ മുറുകെ പിടിച്ചു പറഞ്ഞു.

"അച്ഛാ നോക്കൂ. അവ കുരുവികളല്ല.. മനുഷ്യക്കുട്ടികളാ.. ആൺകുട്ടികൾ. ശബ്ദം കേൾക്കുന്നില്ലേ?"

മിസ്റ്റർ ബിയും മിസ്സിസ് ബിയും അതൊന്നും കേൾക്കുന്നുണ്ടായിരുന്നില്ല.

അവൻ അമ്മയെ വിളിച്ചു.

"അമ്മേ... അമ്മേ... അവർ കുരുവികളല്ല."

അവരും അത് ശ്രദ്ധിച്ചില്ല.

മിസ്റ്റർ ബി അപ്പോൾ പറഞ്ഞു.

"ഇല്ലായ്മ പറയുന്നത് ഒരുതരം കള്ളമാ.. എന്തോ ഒന്നു ഒളിച്ചുവയ്ക്കാനുള്ള കള്ളം..."

മഞ്ഞു കുതിർന്ന മുഖമുള്ള ആൺകുട്ടികൾ കൈ ഉയർത്തി വീശി ഉറക്കെ വിളിച്ചു.

"എന്തെങ്കിലും തിന്നാൻ തരണേ... എന്തെങ്കിലും തിന്നാൻ തരണേ!"

"അച്ഛാ... അമ്മേ.. കേൾക്കുന്നില്ലേ?"

കുഞ്ഞു ബി പിന്നെയും ചോദിച്ചു.

അപ്പോൾ മിസ്സിസ് ബി പറഞ്ഞു.

"അയ്യോ... എന്തൊരു ഒച്ചയാ.. ഈ കിളികളുണ്ടാക്കുന്നത്.. ഇതാദ്യമാ.. ഇത്രേം വലിയ ശബ്ദം!"

മിസ്റ്റർ ബി വിളിച്ചു പറഞ്ഞു.

"മോനൂ.. എന്റെ ഷൂ എടുത്തു കൊണ്ടു വാ..."

"ചിക്ക്.. ചിക്ക്.."

കുരുവികൾ കരഞ്ഞുകൊണ്ടിരുന്നു.

മിസ്സിസ് ബി വിളിച്ചു.

"മോനെ... നീ എവിടെ? നിന്റെ കൊക്കോ മുഴുവനും കുടിക്ക്."

മിസ്റ്റർ ബി കർട്ടൻ ഉയർത്തി നോക്കി വിളിച്ചു:

"റോവർ..."

ആരുമില്ല.

മിസ്സിസ് ബി വിളിച്ചു:

"മോനെ... നീ എവിടെ? നിന്റെ കൊക്കോ മുഴുവനും കുടിക്ക്..."

മിസ്റ്റർ ബി കർട്ടൻ ഉയർത്തിനോക്കി വിളിച്ചു:

"റോവർ..."

ആരുമില്ല.

മിസ്സിസ്സ് ബി പറഞ്ഞു.

"അവൻ കർട്ടനു പിന്നിലുണ്ടാവും."

"അവൻ പുറത്തിറങ്ങാറില്ലല്ലോ..."

മിസ്റ്റർ ബിക്ക് അത്ഭുതമായി.

മിസ്സിസ് ബി ജനലിനരികിൽ ചെന്നു. പിറകെ മിസ്റ്റർ ബിയും. ഇരുവരും പുറത്തേക്കു കണ്ണോടിച്ചു. അതാ അവിടെ, തണുത്ത പുല്ലിൽ ചിറകുപോലെ കൈകൾ വീശുന്ന കുട്ടികളുടെ ഏറ്റവും മുന്നിലായി മഞ്ഞിൽ കുതിർന്ന, വെളുത്ത മുഖവുമായി കൊച്ചു ബി. അവൻ തന്റെ മെലിഞ്ഞ കൈകൾ വീശിക്കൊണ്ടിരുന്നു.അവരോടൊപ്പം അവന്റെയും ശബ്ദം...

"എന്തെങ്കിലും തിന്നാൻ തരണേ!"

മിസ്റ്റർ ബിയും മിസ്സിസ് ബിയും ബദ്ധപ്പെട്ട് ജനൽ തുറന്നു.

"കയറി വരൂ... എല്ലാവരും കയറി വരൂ... ചെറിയവരും വലിയവരും എല്ലാവരും."

എന്നാൽ സമയം കഴിഞ്ഞിരുന്നു.

ആ കുഞ്ഞു ആൺകുട്ടികൾ തിരികെ കുരുവികളായി ചിറകടിച്ചു പറന്നുപോയി.... ദൂരെ ദൂരേയ്ക്ക്.. കാഴ്ചയ്ക്കും ശബ്ദത്തിനും എത്തിച്ചേരാനാവാത്ത അത്രയും ദൂരേയ്ക്ക്...

നീലപ്പെൻസിൽ

കാതറിൻ മാൻസ്ഫീൽഡ്

കൊച്ചു പെൺകുട്ടിക്ക് അയാളെ ഭയമായിരുന്നു. രാവിലെ ജോലിക്കായിറങ്ങും മുമ്പ് അയാൾ അവളുടെ കളിമുറിയിൽ കയറി വന്ന് ഒരു ഉമ്മ നല്കാറുണ്ട്. 'ഗുഡ് ബൈ' പറയുമ്പോൾ അവൾ 'ഗുഡ് ബൈ അച്ഛാ' എന്നു മറുപടി പറയും. അച്ഛൻ പോകുന്ന കുതിരവണ്ടി ശബ്ദം റോഡിൽ മറയുമ്പോൾ അവൾക്ക് തെല്ലാശ്വാസമാകും.

വൈകിട്ട് അച്ഛൻ തിരിച്ചെത്തിയാൽ ഹാളിൽനിന്ന് കോലാഹലം കേൾക്കാം. ചായ കൊണ്ടു വരൂ. പത്രമെവിടെ? അടുക്കളയിൽ കൊണ്ടുവച്ചിരിക്കുന്നോ? എന്റെ ചെരിപ്പെവിടെ? എന്നിങ്ങനെ.

അപ്പോൾ അമ്മ അവളോട് വിളിച്ചു പറയും. “കെസിയാ.. നല്ല മോളല്ലേ... അച്ഛന്റെ ബൂട്ട്സ് ഊരിക്കൊടുക്കൂ.”

അതു കേൾക്കെ അവൾ കോണിപ്പടികൾ പതുക്കെ പതുക്കെ ഇറങ്ങി വരും. പിന്നെ ഹാൾ കടന്ന് അച്ഛന്റെ മുറിയുടെ വാതിൽ തുറക്കും. കണ്ണടവച്ച്, കണ്ണടയ്ക്കു മുകളിലൂടെ അച്ഛൻ അവളെ ഭയപ്പെടുത്തും വിധം നോക്കും. എന്നിട്ടു പറയും.

“കെസിയാ വേഗം വാ ഈ ബൂട്ടഴിച്ച് പുറത്ത് കൊണ്ടു പോ... ഇന്ന് നീ നല്ല കുട്ടിയായിരുന്നോ?”

"ആ... ആ... അറിയില്ലച്ചാ.."

"ആ... ആ.. അറിയില്ലേ... ഇങ്ങനെ വിക്കിവിക്കി സംസാരിച്ചാൽ ഞാൻ നിന്നെ ഡോക്ടറുടെ അടുത്തു കൊണ്ടുപോകും. ഓർത്തോ!"

അച്ഛനോടല്ലാതെ മറ്റാരോടു സംസാരിക്കുമ്പോഴും അവൾക്ക് വിക്ക് വരാറില്ല. എന്നാൽ അച്ഛന്റെ മുന്നിൽ അങ്ങനെയല്ല. പറയേണ്ട കാര്യങ്ങൾ കൃത്യമാക്കുവാൻ അമിതശ്രദ്ധ നല്കുന്നതിന്റെ ഫലമാണത്.

"എന്താ നിനക്ക് സങ്കടം. അമ്മേ ഇതാ ഇവളുടെ കാര്യം നോക്കൂ. മരിക്കാൻ പോകുന്നവന്റെ മുഖഭാവവുമായാണ് ഇവളുടെ നടത്തം. അത് അനുവദിക്കരുത്..."

തുടർന്ന് അച്ഛൻ പറയും:

"കെസിയാ.. ഈ ചായക്കപ്പെടുത്ത് മേശപ്പുറത്തു വെക്കുക. പ്രായമായവരെപ്പോലെ നിന്റെ കൈവിരലുകൾ വിറയ്ക്കുന്നല്ലോ. ആ ടവ്വൽ പോക്കറ്റിലിടുക."

അപ്പോഴും വിക്കിക്കൊണ്ട് 'ശരി അച്ഛാ' എന്ന് അവൾ പറയും.

ഞായറാഴ്ച പള്ളിയിൽ അവൾ അച്ഛനരികിൽത്തന്നെയുണ്ടാവും. അച്ഛൻ പാടുന്നതും മതപ്രസംഗം നീലപ്പെൻസിൽകൊണ്ട് എഴുതിയെടുക്കുന്നതും നോക്കി അവൾ ഇരിക്കും. അച്ഛന്റെ കണ്ണുകൾ പാതിയടഞ്ഞിരിക്കും. അപ്പോഴും ഒരു കൈകൊണ്ട് ഇരിപ്പിടത്തിൽ താളമിടുന്നുണ്ടാവും. അച്ഛൻ വലിയ ശബ്ദത്തിലാണ് പ്രാർത്ഥന ചൊല്ലുന്നത്. വികാരിയച്ചന്റെ ശബ്ദത്തെക്കാളും ഉച്ചത്തിൽ. ദൈവം അച്ഛന്റെ പ്രാർത്ഥന കേൾക്കും തീർച്ച! അച്ഛൻ ദീർഘകായനായ മനുഷ്യനാണ്. കോട്ടുവായിടുമ്പോൾ വാ പൊളിക്കുന്നതു കണ്ടാൽ ഭയമാകും. എത്ര വലിയ വായ...! കളിക്കുന്ന മുറിയിൽ തനിച്ചിരിക്കെ അച്ഛനെ ഓർത്തു പോകുന്നത് ഒരു രാക്ഷസനെപ്പറ്റി ചിന്തിക്കുന്നതു പോലെയാണ്.

ഞായറാഴ്ചകളിൽ അമ്മൂമ്മ അവളെ തവിട്ട് നിറമുള്ള വെൽവെറ്റ് ഉടുപ്പണിയിച്ച് താഴെ സ്വീകരണ മുറിയിലേക്കയ

യ്ക്കും. അച്ഛനും, അമ്മയുമായി സംസാരിച്ചിണങ്ങാനാണത്രെ! അമ്മ അപ്പോൾ ഒരു മാസികയും വായിച്ച് ഇരിക്കുകയാവും. അച്ഛൻ കട്ടിലിൽ നീണ്ടു നിവർന്നു കിടക്കുകയാവും. മുഖത്ത് ഒരു തൂവാല വിരിച്ചിട്ടുണ്ടാവും. കാലുകൾ സോഫയുടെ കൈവരിത്തലയിണയിൽ ഉയർത്തി വച്ചിരിക്കും. കൂർക്കം വലിക്കുന്നതും കേൾക്കാം.

അവളാകട്ടെ പിയാനോ ഇരിപ്പിടത്തിൽ കയറിയിരുന്ന് അച്ഛന്റെ ഉറക്കം വീക്ഷിക്കും. കുറച്ചുകഴിയുമ്പോൾ അച്ഛൻ ഉണരും. പിന്നെ സമയമെത്രയായി എന്ന അന്വേഷണമാണ്.. അതും കഴിഞ്ഞേ അവളെ നോക്കൂ. അപ്പോൾ അവൾ അച്ഛനെ നോക്കി ഇരിക്കുകയാവും.

“ഇങ്ങനെ തുറിച്ചുനോക്കാതെ കെസിയാ... ഒരു തവിട്ടു മൂങ്ങ നോക്കുന്നതു പോലുണ്ട്. നിന്റെ നോട്ടം!”

അന്ന് അവൾക്ക് ജലദോഷമായിരുന്നു. പുറത്തേക്കൊന്നുമിറങ്ങാതെ അവൾ വീടിനുള്ളിൽത്തന്നെ കഴിഞ്ഞുകൂടി. അടുത്ത ആഴ്ച അച്ഛന്റെ ജന്മദിനമാണെന്ന് അമ്മൂമ്മ അവളോട് പറഞ്ഞിരുന്നു. ഒരു മഞ്ഞസിൽക്ക് കഷണം, പിറന്നാൾ സമ്മാനമായി നല്കാൻ പറ്റുന്ന കുഞ്ഞുമെത്ത ഉണ്ടാക്കാനായി അവർ അവൾക്കു നല്കി.

സിൽക്കിനുള്ളിൽ രണ്ടു മടക്കായി കോട്ടൺ തുണി വച്ച് അവൾ കുഞ്ഞുമെത്ത തുന്നിയുണ്ടാക്കി. അതിനുള്ളിൽ നിറയ്ക്കാൻ ഇനിയെന്താണുള്ളത്? തോട്ടത്തിൽ അമ്മൂമ്മ നില്ക്കുന്നുണ്ട്. അവൾ അമ്മയുടെ മുറിയിൽ ചെന്നുനോക്കി; കടലാസുതുണ്ടുകളോ, ചെറുതുണി കഷണമോ കിട്ടുമോ എന്ന്. കട്ടിലിലതാ കുറേ കടലാസു കഷണങ്ങൾ. അവൾ അതെല്ലാമെടുത്ത് കുഞ്ഞുമെത്തയുടെ ഉള്ളിൽ നിറച്ച് മുഴുവൻ ഭാഗങ്ങളും ഭംഗിയായി തുന്നിച്ചേർത്തു.

രാത്രി അച്ഛൻ വന്നപ്പോൾ വീട്ടിൽ വലിയ കോലാഹലമായിരുന്നു. പോർട്ട് അതോറിറ്റി മീറ്റിങ്ങിൽ പ്രസംഗിക്കാനായി അച്ഛൻ തയ്യാറാക്കി വച്ച പ്രസംഗം കാണുന്നില്ല. മുറികളെല്ലാം അരിച്ചു പെറുക്കി പരിശോധിച്ചു. ജോലിക്കാരോടും തിരക്കി.

ഒടുവിൽ അമ്മ അവൾ കളിക്കാറുള്ള മുറിയിലെത്തി. അമ്മ ചോദിച്ചു.

"ഞങ്ങളുടെ മുറിയിൽ മേശപ്പുറത്ത് കുറേ കടലാസുകൾ നീ കണ്ടിരുന്നോ കെസിയാ?" അവൾ പറഞ്ഞു.

"ഉണ്ട്.. അത് അച്ഛന് സമ്മാനം ഉണ്ടാക്കാനായി ഞാൻ എടുത്തിരുന്നു."

അമ്മ ഉറക്കെ ദേഷ്യപ്പെട്ടു.

"നീ താഴെ ഊണുമുറിയിലേക്കു വാ..."

അമ്മ അവളെ വലിച്ചിഴച്ചാണ് ഊണുമുറിയിലെത്തിച്ചത്. അച്ഛൻ അവിടെ കൈകൾ പുറകിൽ കെട്ടി അങ്ങുമിങ്ങും നടക്കുന്നു. അച്ഛൻ അവരെ നോക്കിയപ്പോൾ അമ്മ കാര്യം വിസ്തരിച്ചു. അച്ഛൻ അവളെ തുറിച്ചുനോക്കി.

"നീ അങ്ങനെ ചെയ്തോ..?"

വിക്കിവിക്കി അവൾ പറഞ്ഞു.

"ഇ. ഇ... ഇല്ല."

അമ്മയോട്, കളിമുറിയിൽ ചെന്ന് ആ കുഞ്ഞുമെത്ത കൊണ്ടുവരാൻ പറഞ്ഞു അച്ഛൻ. ബഹളം കേട്ട് കരഞ്ഞുകരഞ്ഞ് അവൾ കിടപ്പുമുറിയിൽ കിടന്നു.

അപ്പോൾ ഒരു വടിയുമായി അച്ഛനെത്തി. "നിനക്ക് നല്ല അടി വച്ചു തരാൻ പോകുകയാണ്!" അച്ഛൻ ഉറക്കെ പറഞ്ഞു.

പുതപ്പിനടിയിലൊളിച്ച് അവൾ കരഞ്ഞു. പറഞ്ഞു.

"അയ്യോ... വേ... വേണ്ട."

പുതപ്പ് അച്ഛൻ വലിച്ചു മാറ്റി.

"കൈനീട്ട്."

അച്ഛൻ പറഞ്ഞു

"നിന്റേതല്ലാത്ത ഒന്നും നീ മേലിൽ തൊടരുത്. ഈ പാഠം ഇന്നു നിന്നെ പഠിപ്പിക്കും. അത് നീ ഇനി മറക്കാനും പാടില്ല!"

"അച്ഛന്... പിറന്നാളിന്... അത്..!"

അവൾ പറയാൻ ശ്രമിച്ചു. അപ്പോഴേക്കും ആ കുഞ്ഞുകൈവെള്ളയിൽ വടി ആഞ്ഞു പതിച്ചു.

പിന്നെ, കുറേനേരം കഴിഞ്ഞാണ് അമ്മൂമ്മ മുറിയിലേക്കു

കയറി വന്നത്. ഒരു ഷാൾ അവളെ പുതപ്പിച്ചശേഷം ആട്ടുകട്ടിലിലിരുത്തി അവളെ കെട്ടിപ്പിടിച്ചു പറഞ്ഞു.

"മോള് കരയണ്ട."

അവൾ അമ്മൂമ്മയുടെ ശരീരത്തിലേക്ക് പറ്റിച്ചേർന്നു കിടന്നു.

"യേശു അച്ഛനേയും, അമ്മയേയും സൃഷ്ടിച്ചതെന്തിനാ?"

അവൾ കരച്ചിലോടെ ചോദിച്ചു.

അമ്മൂമ്മ പറഞ്ഞു.

"മുഖം തുടയ്ക്ക്. എന്നിട്ട് എന്റെ മോള് ഉറങ്ങിക്കോ... നേരം പുലരുമ്പോഴേക്കും മോള് എല്ലാം മറക്കും കേട്ടോ... ഞാൻ നിന്റച്ഛനോട് എല്ലാം പറയാനിരുന്നതായിരുന്നു. അവനൊന്നും കേൾക്കാൻ കൂട്ടാക്കിയില്ല." അന്നും പിറ്റേന്നുമൊക്കെ കഴിഞ്ഞിട്ടും അവൾക്കത് മറക്കാനായില്ല. പിന്നെ അച്ഛനെ കണ്ടപ്പോൾ കൈകൾ പുറകിൽ കെട്ടി, ഗൗരവത്തോടെ ചുവന്ന കവിളുമായി അവൾ നിന്നു.

അപ്പുറത്തെ വീട്ടിൽ മിസ്റ്റർ മക്ഡൊനാൾഡും കുടുംബവും താമസിക്കുന്നു. അഞ്ച് കുട്ടികളാണവിടെയുള്ളത്. ഒരു നാൾ പച്ചക്കറിത്തോട്ടത്തിലെ വേലിപ്പഴുതിലൂടെ അവൾ അവിടേക്കു നോക്കി. അതാ കുട്ടികൾ മുറ്റത്ത് ഓടിച്ചാടി കളിക്കുന്നു. ഒരു കൊച്ചു കുഞ്ഞിനെയുമെടുത്ത് ചെടിക്കുചുറ്റും ഓടിക്കളിക്കാൻ അവരുടെ അച്ഛനും ചേർന്നു. രണ്ടുകുട്ടികൾ അയാളുടെ വസ്ത്രത്തിൽ പിടിച്ചുകൊണ്ട് പിന്നാലെ ഓടുന്നു. പിന്നെ എല്ലാവരും ചേർന്ന് പൊട്ടിച്ചിരിക്കുന്നു. മറ്റൊരിക്കലതാ ആൺകുട്ടികൾ അച്ഛന്റെ നേർക്ക് പൈപ്പിൽ നിന്ന് വെള്ളം ചീറ്റിക്കുന്നു. അച്ഛൻ അവരെ ഇക്കിളിയിട്ടോടിക്കുന്നു.

അച്ഛന്മാരിൽത്തന്നെ പലതരക്കാരുണ്ടെന്ന് അവളപ്പോൾ ആലോചിച്ചു.

ഒരു നാൾ അമ്മയ്ക്ക് സുഖമില്ലാത്തതിനാൽ അമ്മയും അമ്മൂമ്മയും കൂടി പട്ടണത്തിലെ ആശുപത്രിയിലേക്കു പോയി. ജോലിക്കാരി മാത്രമേ അവൾക്ക് അന്ന് കൂട്ടിനുണ്ടായിരുന്നുള്ളൂ. പകൽ അവൾക്ക് അതൊന്നും പ്രശ്നമായി തോന്നിയില്ല.

എന്നാൽ രാത്രി ജോലിക്കാരി അവളെ ഉറങ്ങാൻ കിടത്തിയപ്പോൾ അവൾക്കു പേടി തോന്നി. അവൾ പറഞ്ഞു:

"രാത്രി ഞാൻ സ്വപ്നം കാണും. പിന്നെ എനിക്ക് പേടിയാവും അങ്ങനെയായാൽ ഞാൻ അമ്മൂമ്മയോടൊപ്പമാണ് കിടക്കാറ്. ഇരുട്ടിൽ തനിച്ചു കിടക്കാൻ എനിക്കു പേടിയാ... ഇരുട്ടത്ത് ആരോ സംസാരിക്കുന്നതുപോലെ കേൾക്കാം..!"

"മിണ്ടാതെ കിടക്കൂ കുട്ടീ."

ജോലിക്കാരി പറഞ്ഞു.

"രാത്രിയിൽ കിടന്നു കരഞ്ഞു നീ പാവം അച്ഛനെ ഉണർത്തണ്ട."

അന്നും അവൾ പേടിപ്പെടുത്തുന്ന ഒരു സ്വപ്നം കണ്ടു. ഇറച്ചിവെട്ടുന്ന ഒരാളതാ കയറും കത്തിയുമൊക്കെയായി അവളുടെ അരികിലേക്കു വരുന്നു! അയാൾ അലറിച്ചിരിക്കുന്നു. എഴുന്നേറ്റ് ഓടാൻ ശ്രമിച്ചെങ്കിലും അവൾക്കതിനു കഴിയുന്നില്ല.,

"അമ്മൂമ്മേ.... അമ്മൂമ്മേ...."

അവൾ വിളിച്ചു പറഞ്ഞു.

കണ്ണുതുറന്നപ്പോൾ ഒരു മെഴുകുതിരിവിളക്കുമായി മുമ്പിൽ അച്ഛൻ!"

"എന്തുപറ്റി?"

അവൾ കരഞ്ഞു പറഞ്ഞു.

"ഇറച്ചിവെട്ടുകാരൻ... കത്തി... അമ്മൂമ്മയെ കാണണം."

അച്ഛൻ അവളെ വാരിയെടുത്ത് മുറിയിലേക്കു പോയി. കിടക്കയിൽ ഒരു പത്രം. മേശവിളക്കിൽ ചാരിവച്ച സിഗരറ്റ്. പത്രം അച്ഛൻ നിലത്തേക്കെടുത്തിട്ടു. സിഗരറ്റ് മുറിയിലെ ഫയർപ്ലേയ്സിലേക്കും. അവളെ കിടക്കയിൽ കിടത്തി. പുതപ്പെടുത്ത് പുതപ്പിച്ചു. പിന്നെ അവളുടെ അരികിൽ കിടന്നു. പാതിമയക്കത്തിലും ഇറച്ചി വെട്ടുകാരൻ അവളുടെ കൺമുന്നിൽ നില്ക്കുകയായിരുന്നു. അവൾ ഭയംകൊണ്ട് അച്ഛനരികിലേക്ക് നീങ്ങിക്കിടന്നു. അച്ഛന്റെ കൈമുട്ടിനടിയിൽ തല ഒളിപ്പിച്ച്, ഉടുപ്പിനു മേൽ മുറുകെ പിടിച്ച്...

ഇപ്പോൾ ഇരുട്ടിൽ അവൾക്ക് ഭയം തോന്നുന്നില്ല. അച്ഛൻ

ക്ഷീണം മൂലം അവളേക്കാൾ മുമ്പേ ഉറങ്ങി. അവളുടെ മനസ്സിൽ വലിയ സന്തോഷം തോന്നി. അവൾ വിചാരിച്ചു. അച്ഛൻ പാവം അത്ര വലിയ ശരീരമൊന്നും അച്ഛനില്ല. അച്ഛനെ ആരും നോക്കാനില്ല. പാവം എന്നും ജോലിക്കുപോകണം. ജോലി ചെയ്ത ക്ഷീണം കൊണ്ടാവാം അടുത്ത വീട്ടിലെ മക്ഡൊനാൾഡിനെപ്പോലെ കളിക്കാൻ കൂടാത്തത്. അച്ഛന്റെ ആ എഴുത്ത് കീറി കളഞ്ഞത് മോശമായിപ്പോയി. അവളൊന്നു നിശ്വസിച്ചപ്പോൾ അച്ഛൻ ചോദിച്ചു.

"എന്തുപറ്റി! പിന്നെയും സ്വപ്നം കണ്ടോ?"

"ഇല്ലച്ഛാ.."

അവൾ പറഞ്ഞു.

"എന്റെ തല അച്ഛന്റെ ഹൃദയത്തിൽ തൊട്ടാ ഇരിക്കുന്നത്. നെഞ്ചിടിപ്പ് എനിക്ക് കേൾക്കാം. എത്ര വലുതാ എന്റച്ഛന്റെ ഹൃദയം!"

പാവകളുടെ വീട്

കാതറിൻ മാൻസ്ഫീൽഡ്

വൃദ്ധയായ മിസ്സിസ് ഹേ ബർണ്ണൽ കുടുംബത്തോടൊപ്പ മാണ് കഴിഞ്ഞിരുന്നത്. പിന്നീട് അവർ പട്ടണത്തിലേക്കു തന്നെ തിരിച്ചുപോയി. അവിടെ നിന്ന് അവൾ ബർണ്ണൽ കുടുംബ ത്തിലെ കുട്ടികൾക്കായി ഒരു പാവവീട് കൊടുത്തയച്ചു. ഏറെ വലുതായിരുന്നു അത്. വണ്ടിക്കാരനും പാറ്റും ചേർന്ന് താങ്ങി യെടുത്താണ് അത് മുറ്റത്തെത്തിച്ചത്. വാതിലിനരികിൽ രണ്ട് മരപ്പെട്ടികളിലായി അവരത് ഉയർത്തിവച്ചു. വേനല്ക്കാലമായ തിനാൽ അത് പുറത്തു വയ്ക്കുന്നതുകൊണ്ട് കുഴപ്പമില്ലായി രുന്നു. പിന്നെ വീട്ടിനുള്ളിലേക്കു വയ്ക്കാൻ സമയമാകുമ്പോ ഴേക്കും പെയിന്റിന്റെ മണവും മാറിക്കിട്ടും. മിസ്സിസ് ഹേ നല്ല മുത്തശ്ശിയാണ്. എന്നാൽ ആ പെയിന്റിന്റെ മണം, ഹോ! മണ മടിച്ചാൽത്തന്നെ ഛർദ്ദിക്കാൻ വരും- ബെറിൽ അങ്ങനെയാണ് പറയുക. കവറഴിച്ചപ്പോൾ..

ചീരപ്പച്ചയും, ഇരുണ്ടതുമായ നിറത്തിലും, കടുംമഞ്ഞ നിറ ത്തിലും ഒരുക്കിയ പാവവീട്, അതിനു മുകളിൽ ഒട്ടിച്ചുവച്ച പുകക്കുഴലുകൾ യഥാർത്ഥമാണെന്നേ തോന്നൂ. ചുവപ്പും വെളുപ്പും നിറത്തിലുള്ള രണ്ട് കുഴലുകൾ മഞ്ഞനിറമുള്ള വാർണീഷിൽ വെട്ടിത്തിളങ്ങുന്ന വാതിലുകൾ, നാലു ജനലു കൾ വീതിയേറിയ പച്ചച്ചായത്തിൽ വരച്ച ചതുരക്കള്ളികൾ

മഞ്ഞനിറം പൂശിയ ചെറിയ പോർച്ചുമുണ്ട്. വശങ്ങളിൽ പെയിന്റുകട്ടകൾ തൂങ്ങിക്കിടക്കുന്നു.

ശരിക്കും നല്ലൊരു വീടുതന്നെ. അതുകൊണ്ടു തന്നെ അതിന്റെ മണം ആരാണ് കാര്യമാക്കുക! അത് സന്തോഷത്തിന്റെയും പുതുമയുടെയും ഭാഗം മാത്രം.

“ആ വീട് ആരെങ്കിലുമൊന്ന് വേഗം തുറക്കൂ.”

കതകിന്റെ ഭാഗത്തുണ്ടായിരുന്ന കൊളുത്ത് ഒട്ടിപ്പിടിച്ചുകിടക്കുകയാണ്. പേനാക്കത്തി ഉപയോഗിച്ച് പാറ്റ് അത് തുറക്കാൻ നോക്കി. അപ്പോൾ വീടിന്റെ മുൻഭാഗം ഒന്നാകെ ഇളകിപ്പോകുന്നു. ഇപ്പോൾ സ്വീകരണമുറിയും തീൻമുറിയും കിടപ്പ് മുറികളും അടുക്കളയും കാണാം. ഗംഭീരം! ഒരു ഹാളിനകത്തേക്ക് ഒരു കുഞ്ഞുവാതിലിലൂടെ നോക്കുന്നതിനേക്കാൾ രസകരം. ഒരു വീടിന്റെ വാതിലിൽ മുട്ടുമ്പോൾ നാം ആഗ്രഹിക്കുന്നതും ഇതാണല്ലോ. ദൈവം രാത്രിയിൽ മാലാഖയോടൊപ്പം നടക്കുമ്പോൾ ഇങ്ങനെയായിരിക്കും വീടുകൾ തുറന്നു കാണുക!

“ആ... ഹാ...!”

ആശ്ചര്യത്തോടെ ബർണ്ണൽ കുട്ടികൾ ശബ്ദം വച്ചു. അതിശയമായിരുന്നു അവർക്ക്. ജീവിതത്തിലാദ്യമായാണ് അവർ ഇത്തരത്തിലൊരു പാവവീട് കാണുന്നത്. വാൾപേപ്പർ ഒട്ടിച്ച ചുമരുകളുള്ള മുറികൾ. ഭിത്തികളിൽ സ്വർണ്ണ ഫ്രെയിമുള്ള ചിത്രങ്ങൾ. അടുക്കളയിലൊഴികെ ബാക്കി മുറികളിലൊക്കെ ചുവന്ന പരവതാനി വിരിച്ചിരിക്കുന്നു. സ്വീകരണമുറിയിൽ ചുവന്ന കസേരകൾ. തീൻ മുറിയിലാകട്ടെ പച്ച നിറമുള്ളവയും. തലയിണയും ഷീറ്റും പുതപ്പുമുള്ള കട്ടിൽ കിടക്കകൾ, തൊട്ടി, അടുപ്പ് പ്ലെയ്റ്റുകൾ, ജഗ്ഗ് മേശപ്പുറത്ത്.

കെസിയയ്ക്ക് ഏറ്റവും ഇഷ്ടം തോന്നിയത് ഊൺ മേശയ്ക്ക് മദ്ധ്യത്തിലായി. വച്ചിരുന്ന വിളക്കാണ്. എണ്ണയൊഴിച്ച് തെളിക്കാൻ പരുവത്തിൽ വച്ചിരിക്കുന്നു അത്. എണ്ണയും ഉണ്ടെന്നു തോന്നുന്നു. അനക്കി നോക്കിയാൽ ചെറിയ ശബ്ദമുണ്ട്. ഡാഡി, മമ്മി, പാവകൾ മുറിയിൽ കിടന്ന് നല്ല ഉറക്കമാണെന്നു തോന്നുന്നു. അവരുടെ രണ്ട് പിള്ളേർ മുകൾനിലയിലെ മുറികളിലും.

പാവകൾക്ക് നല്ല വലിപ്പമാണ്. വേറെ എവിടുന്നോ വന്ന പാവകൾ പോലെ, വലിപ്പം കൂടുതലാണ്. വിളക്കാകട്ടെ ശരിക്കും പാവ വീടിനു ചേരുന്നു. തന്നെ നോക്കി ഞാനിപ്പോ ഇതിലാ കഴിയുന്നത്. എന്നു പറയുന്നതു പോലെ കെസിയായ്ക്കു തോന്നി.

രാവിലെ സ്കൂളിലേക്കു നടക്കുമ്പോൾ കാലുകൾക്ക് വേഗം പോരെന്നു തോന്നി ബർണ്ണൽ കുട്ടികൾക്ക്. പാവവീടിനെപ്പറ്റി കൂട്ടുകാരോട് പറയാൻ തിടുക്കമായി. സ്കൂളിൽ ബെല്ലടിക്കും മുമ്പ് കൂട്ടുകാരോട് ഇതേപ്പറ്റി പറയണം.

“മുതിർന്ന കുട്ടി ഞാനായതിനാൽ ഞാൻ പറഞ്ഞിട്ട് നിങ്ങൾ രണ്ടുപേരും പറഞ്ഞാൽ മതി.”

ഇസബെൽ പറഞ്ഞു.

എല്ലാവരേയും ഭരിക്കുന്ന സ്വഭാവമാണ് ഇസബെല്ലിനെങ്കിലും പറഞ്ഞതിൽ കാര്യമുണ്ട്. ലോട്ടിക്കും കെസിയയ്ക്കും അതറിയാം. വഴിയരികിലെ പൂക്കളെ തഴുകി ത്തഴുകി ഇരുവരും മിണ്ടാതെ നടന്നു.

“ആദ്യം പാവവീട് വന്നുകാണുന്ന ആളെയും ഞാനാണ് നിശ്ചയിക്കുക.. അമ്മയോടും പറഞ്ഞിട്ടുണ്ട്.”

സ്കൂളിലെ രണ്ട് സഹപാഠികളെ വീതം കൊണ്ടുവന്ന് മുറ്റത്തുള്ള പാവവീട് കാണിച്ചുകൊള്ളാൻ അമ്മ സമ്മതിച്ചിട്ടുണ്ട്. ചായ കഴിക്കാനും. മുറിയിലേക്കുമൊന്നും ക്ഷണിക്കരുത്. മുറ്റത്തുനിന്ന് ഒച്ചവയ്ക്കാതെ നോക്കി പോവുക. കാണിച്ചുകൊടുക്കുന്നത് ഇസബെല്ലായിരിക്കും. ലോട്ടിയും കെസിയയും കൂടെ ഉണ്ടാവും.

തിരക്കിട്ടുനടന്നെങ്കിലും സ്കൂളിൽ താമസിച്ചാണെത്തിയത്. ആൺപിള്ളേരുടെ കളിസ്ഥലത്തിനടുത്തെത്തിയപ്പോഴേക്കും ബെല്ലടിച്ചു. തൊപ്പിയെടുത്ത് വരിയിൽ കയറിനിന്നു. ഇസബെൽ കൈകൊണ്ട് വാപൊത്തി കൂട്ടുകാരികളോടു പറഞ്ഞു.

“കളിക്കാൻ പോകുമ്പോ ഒരുകാര്യം പറയാം കേട്ടോ.”

കളിക്കാൻ വിട്ടപ്പോൾ പെൺകുട്ടികൾ ഇസബെല്ലിനെ പൊതിഞ്ഞു. അവളോട് സൗഹൃദം കൂടാൻ അവർ തമ്മിൽത്തമ്മിൽ മത്സരിച്ചു. തോളത്തുകൈയിട്ട്, കെട്ടിപ്പിടിച്ച്, ഒരു പ്രധാ

നിയെയെന്ന വിധം നോക്കി അങ്ങനെ.

അവർ കളിസ്ഥലത്തിനടുത്ത് പൈൻ മരച്ചുവട്ടിലെത്തി ചുറ്റും ഒരു കൂട്ടം പെൺകുട്ടികൾ. അവരെല്ലാം ചിരിക്കുന്നുണ്ടായിരുന്നു. തൊട്ടപ്പുറം മാറി രണ്ടുകുട്ടികൾ നിന്നിരുന്നു. അവർ കെൽവി കുടുംബത്തിലേതാണ്. അവർക്ക് ബർണ്ണലുകൾക്കരികിൽ ചെല്ലാനാവില്ല.

ബർണൽ കുട്ടികൾക്ക് പറ്റിയതല്ല ആ വിദ്യാലയം. എന്നാൽ നിവൃത്തിയില്ലാത്തതിനാൽ മാതാപിതാക്കൾ അവിടെ ചേർത്തു. മൈലുകൾക്കുള്ളിൽ ആ ഒരേയൊരു സ്കൂളേ ഉള്ളൂവെന്നതിനാൽ എല്ലാകുട്ടികൾക്കും അവിടെത്തന്നെ പഠിക്കേണ്ടിവന്നു. ജഡ്ജിയുടെയും ഡോക്ടറുടെയും കച്ചവടക്കാരന്റെയും പാൽക്കാരന്റേയുമൊക്കെ പെൺകുട്ടികൾ അവിടെ കഴിഞ്ഞു. ആൺകുട്ടികളും അത്രയുണ്ട്. മര്യാദയില്ലാത്തവരാണ് കൂടുതലും.

കെൽവിക്കുട്ടികളോട് സംസാരിക്കാൻ ബർണലുകൾ ഉൾപ്പെടെയുള്ള കുട്ടികൾക്ക് അനുവാദമുണ്ടായിരുന്നില്ല. കെൽവികളുടെ അടുത്തെത്തുമ്പോൾ ബർണൽ കുട്ടികൾ അവരെ ശ്രദ്ധിക്കുകയേയില്ല. മറ്റുകുട്ടികളും അങ്ങനെത്തന്നെ. അദ്ധ്യാപകർക്കുപോലും അവരോട് സംസാരിക്കുമ്പോൾ പരുക്കൻ ശബ്ദമായിരുന്നു.

പകൽ സമയങ്ങളിൽ വീടുകളിൽ കയറിയിറങ്ങി തുണിയലക്കിക്കൊടുക്കുന്ന സ്ത്രീയുടെ മക്കളായിരുന്നു അവർ. അത് വലിയ നാണക്കേടാണ്. പോരാത്തത് അവരുടെ അച്ഛൻ മിസ്റ്റർ കെൽവിയെപ്പറ്റി വിവരമൊന്നുമില്ലതാനും. ജയിയിലാണെന്ന് പലരും പറയുന്നു. അവർ അലക്കുകാരിയുടെയും ജയിൽപ്പുള്ളിയുടെയും കുട്ടികളാണ്. കാഴ്ചയ്ക്കും അങ്ങനെതന്നെ. സർവ്വരാലും ശ്രദ്ധിക്കപ്പെടുന്ന വിധം വസ്ത്രങ്ങൾ അമ്മ അവരെ ധരിപ്പിക്കുന്നു. വാസ്തവത്തിൽ ജോലി ചെയ്യുന്ന വീടുകളിൽ നിന്ന് കിട്ടുന്ന കീറത്തുണികൾകൊണ്ടാണ് അമ്മ അവർക്ക് ഉടുപ്പുകൾ തയ്പ്പിച്ചിരുന്നത്. ലിൽ തടിച്ചവളാണ്. മുഖത്ത് വലിയ കുത്തുകളുള്ള, സൗന്ദര്യമില്ലാത്ത പെണ്ണ്. അവൾ സ്കൂളിലിടുന്നത് ബർണ്ണലുകളുടെ വീട്ടിൽനിന്നും കിട്ടിയ കമ്പിളി വിരികൊണ്ട് തയ്ച്ച ഉടുപ്പാണ്. അതിന്റെ

കൈകൾ ലോഹൻ കുടുംബത്തിൽനിന്നും കിട്ടിയ ചുവന്ന വിരി കൊണ്ടുണ്ടാക്കിയതും. തൊപ്പിയാവട്ടെ ഏതോ പ്രായമെത്തിയ വനിതയുടേതും. വലിയ പക്ഷിത്തൂവൽകൊണ്ട് അലങ്കരിച്ച പിൻവശം ഉയർന്ന ആ തൊപ്പി ഹെഡ്മിസ്ട്രസ്സ് മിസ്സ് ലെക്കിയുടേതായിരുന്നു മുമ്പ്. വിചിത്രവേഷം തന്നെ. എങ്ങനെ ചിരിക്കാതിരിക്കും. അനുജത്തി എൽസി രാത്രി ധരിക്കുന്ന ഗൗൺപോലൊരു നീളൻ വെള്ളവസ്ത്രവുമണിഞ്ഞാണ് വരിക. പിന്നെ ആൺകുട്ടികളുടെ ബൂട്ടും ധരിക്കും. എൽസി ഏതു വസ്ത്രം ധരിച്ചാലും വികൃതം തന്നെ. മുടി പറ്റെ വെട്ടും. മൂങ്ങാക്കണ്ണുകളും മെലിഞ്ഞ ശരീരവും അവൾക്കുണ്ട്. അവൾ സംസാരിക്കുന്നതോ, ചിരിക്കുന്നതോ ആരും കണ്ടിട്ടില്ല. ലില്ലിന്റെ കൈയും പിടിച്ചാണ് എപ്പോഴും അവളുടെ നടത്തം. ചേച്ചിയുടെ വസ്ത്രത്തിന്റെ ഒരു ഭാഗം അവളങ്ങനെ കൈയിൽ ചുരുട്ടിപ്പിടിച്ചിട്ടുണ്ടാവും. ലിൽ നടക്കുന്നിടത്തൊക്കെ എൽസിയും കാണും. നടന്നുമടുത്താൽ അവൾ ലില്ലിനെ വലിക്കും. അപ്പോൾ ലിൽ നടത്തം നിർത്തും.

കുട്ടികൾ കൂട്ടം കൂടിയ പൈൻ മരച്ചുവട്ടിലും കെൽവിക്കുട്ടികൾ മാറിയാണ് നില്ക്കുന്നത്. കുട്ടികളുടെ സംസാരം ശ്രദ്ധിച്ച്. അവർ കണ്ണുരുട്ടിയാൽ ലിൽ ഒരു പതിവു പുഞ്ചിരി സമ്മാനിക്കും. എൽസിയാകട്ടെ ഒന്നുമറിയാതെ വെറുതെ നോക്കി നില്ക്കുകയേയുള്ളൂ. ഇസബെൽ അപ്പോൾ അഹങ്കാരത്തോടെ പാവവീടിന്റെ വിശേഷങ്ങൾ പങ്കുവയ്ക്കുകയായിരുന്നു. കാർപ്പെറ്റ്, കിടക്കകൾ, വിരികൾ, സ്റ്റൗ എന്നിവയെക്കുറിച്ചൊക്കെ വർണ്ണിച്ചു പറഞ്ഞു.

ഒടുവിൽ കെസിയ ഓർമ്മിപ്പിച്ചു.

"ഇസബെൽ വിളക്കിന്റെ കാര്യവും,"

"ശരിയാണ് ഒരു ചെറിയ വിളക്കുണ്ട്. മഞ്ഞഗ്ലാസുകൊണ്ട് നിർമ്മിച്ചത്. മുകളിൽ ചിമ്മിനിയുണ്ട്. തീൻമേശപ്പുറത്താണ് അത് വച്ചിരിക്കുന്നത്."

ഇസബെൽ പറഞ്ഞു.

കെസിയ പറഞ്ഞു

"ഏറ്റവും നല്ലത് ആ വിളക്കാണ്."

അതേപ്പറ്റി പറയേണ്ട കാര്യങ്ങൾ ഇസബെൽ പറഞ്ഞിട്ടില്ലെന്ന് കെസിയ വിചാരിച്ചു. ആരും അത് ശ്രദ്ധിച്ചതുമില്ല. അവരവിടെ രണ്ടുപേരെ പാവവീടുകാണാനായി വൈകുന്നേരത്തേക്ക് തെരഞ്ഞെടുക്കുകയാണ്. എമ്മിക്കോളിനും, ലെനാലോഗനും തെരഞ്ഞെടുക്കപ്പെട്ടു. മറ്റുള്ളവർക്കും അവസരം ലഭിക്കണമല്ലോ. അതിനാൽ എല്ലാവരും ഇസബെല്ലിനോട് സ്നേഹപൂർവ്വം പെരുമാറി. അവർ ഇസബെല്ലിന്റെ അരയ്ക്കുചുറ്റും കൈകോർത്ത് നടന്നു.

കെൽവിക്കുട്ടികളുടെ കാര്യം എല്ലാവരും മറന്നു. അവർ അവിടെ നിന്നും പോയി.

ദിനങ്ങൾ കഴിഞ്ഞു. കുട്ടികൾ പാവവീട് കാണാനെത്തി. കൂടുതൽ പേർ. അത് അതിന്റെ കീർത്തി വർദ്ധിപ്പിച്ചു. "ബർണ്ണലുകളുടെ പാവവീട് കണ്ടോ?" എന്ന് കുട്ടികൾ തമ്മിൽത്തമ്മിൽ ചോദിക്കാൻ തുടങ്ങി. "കണ്ടു. നല്ലതാ.. നീ കണ്ടോ?" എന്നിങ്ങനെയായി ചോദ്യങ്ങളും മറുപടികളും.

പൈൻ മരച്ചുവട്ടിൽവച്ചാണ് കുട്ടികൾ ആഹാരം കഴിക്കുക. കട്ടിയുള്ള മട്ടൻ സാൻഡ്‌വിച്ചും, വെണ്ണപുരട്ടിയ ജോണികേക്കും. കെൽവിക്കുട്ടികളും കുറച്ചുമാറിനില്ക്കുന്നു. എൽസി അപ്പോഴും ലില്ലിനെ മുറുകെ പിടിച്ചിട്ടാണ്. ജാം ചുവന്ന അടയാളമിട്ട പത്രക്കടലാസിൽ ചുരുട്ടിയ സാന്റ്ഡ്‌വിച്ച് തിന്നുന്നതിനിടെ അവരും ഇതെല്ലാം കേൾക്കും.

ഒരിക്കൽ കെസിയ ചോദിച്ചു.

"അമ്മേ ഞാൻ ഒരു പ്രാവശ്യം. ആ കെൽവിക്കുട്ടികളെ വിളിച്ചു കൊണ്ടു വന്നോട്ടെ?"

"വേണ്ട."

"അതെന്താ?"

"പോ കെസിയാ. നിനക്കറിയാമല്ലോ അത് എന്തുകൊണ്ടാണെന്ന്!"

അങ്ങനെ കെൽവിക്കുട്ടികളൊഴികെ എല്ലാവരും പാവവീട് കണ്ടു.

കുട്ടികൾ ഉച്ചയ്ക്ക് പൈൻ മരച്ചുവട്ടിലിരിക്കുകയാണ്. കെൽവിക്കുട്ടികൾ മാറിയിരുന്ന് പത്രക്കടലാസിൽ ചുരട്ടിയ

സാൻഡ്‌വിച്ചും ജാമും കഴിക്കുന്നു. മറ്റ് കുട്ടികൾ അവരെ ശ്രദ്ധിക്കുകയായിരുന്നു. കെൽവിക്കുട്ടികൾ ഒറ്റയ്ക്കാണെപ്പോഴും. എങ്കിലും മറ്റുള്ളവർ പറയുന്നത് അവർ ശ്രദ്ധിക്കുന്നു. അതിനാൽ അവരെ നികൃഷ്ടമായി കൈകാര്യം ചെയ്യണമെന്ന് മറ്റ് പെൺകുട്ടികളുറച്ചു.

എമ്മികോൾ പറഞ്ഞു.

"വലുതായാൽ ലിൽ കെൽവി വീട്ടുവേയ്‌ലക്കു പോവും."

"മോശം തന്നെ."

ഇസബെൽ എമ്മിയെ നോക്കി കണ്ണിറുക്കി.

എമ്മിയാകട്ടെ എന്തോ വിഴുങ്ങുംപോലെ കാണിച്ച് ഇസബെല്ലിനെ നോക്കി തലയാട്ടി.

"ശരിതന്നെ.. ശരിതന്നെ."

ലെനാ ലോഗൻ പറഞ്ഞു.

"ഞാനവളോട് ഇതേപ്പറ്റി ചോദിക്കാം."

"നീ ചോദിക്കില്ല. പന്തയം."

ജെസിമേ പറഞ്ഞു.

"പ്ഫൂ.. എനിക്ക് ഒട്ടും പേടിയില്ല."

ലെന പറഞ്ഞു.

ലെന കെൽവിക്കുട്ടികളുടെ അരികിലേക്ക് വാ പൊത്തി ചിരിച്ച് നടന്നു.

ലിൽ ഭക്ഷണം കഴിക്കൽ നിർത്തി പൊതിഞ്ഞുവച്ചു. എൽസിയും നിർത്തി.

"ലിൽ കെൽവി നീ വലുതായാൽ വീട്ടുജോലിക്കു പോകുമെന്ന് പറയുന്നത് നേരാണോ?"

ലെന കടുത്ത സ്വരത്തിൽ ചോദിച്ചു.

ആ നിശ്ശബ്ദതയിൽ മറുപടി പറയാതെ ലിൽ പതിവുപോലെ പുഞ്ചിരിച്ചു. അവളത് കേട്ടതായി നടിച്ചില്ല. അതൊരു തരം ചതിതന്നെ. പെൺകുട്ടികൾ പതുക്കെ ചിരിച്ചു.

ലെനയ്ക്കത് സഹിക്കാനായില്ല. അരക്കെട്ടിൽ കൈകൾ വച്ച് ലെന പറഞ്ഞു.

"നിന്റെ അച്ഛനിപ്പോഴും ജയിലിലല്ലേ?"

പകയോടെ, അതിലേറെ പരിഹാസത്തോടെയായിരുന്നു

ആ ചോദ്യം.

മുഖത്തുനോക്കി ഇപ്പറഞ്ഞത് വലിയ കാര്യം തന്നെ.

കുട്ടികൾ ആഹ്ലാദിച്ച് ഓടിനടന്നു.

ഒരു വലിയ കയർ കൊണ്ടുവന്ന്, അതിനു മീതെക്കൂടി ഓരോരുത്തരായി ചാടാൻ തുടങ്ങി. നല്ല ഉയരത്തിൽ. ഇതിനു മുമ്പ് അവർ ഇത്തരം കാര്യങ്ങൾ ചെയ്തിട്ടില്ല.

വൈകിട്ട് പാറ്റ് കുതിരവണ്ടിയിൽ ബർണ്ണൽകുട്ടികളെ കൂട്ടിക്കൊണ്ടുപോയി. വീട്ടിൽ വിരുന്നുകാരുണ്ട്. ലോട്ടിക്കും ഇസബെല്ലിനും അത് വലിയ ഇഷ്ടമാണ്.

യൂണിഫോം മാറ്റാൻ അവർ മുകളിലേക്കു കയറി. കെസിയയാകട്ടെ പിൻഭാഗത്തുകൂടെ പുറത്തിറങ്ങി. ആരുമുണ്ടായിരുന്നില്ല അവിടെ. മുറ്റത്തെ വലിയ ഗേറ്റിൽ പിടിച്ച് അവൾ ആടാൻ തുടങ്ങി. പിന്നെ റോഡിലേക്കു ശ്രദ്ധിച്ചപ്പോൾ കണ്ടു രണ്ടു രൂപങ്ങൾ അങ്ങ് ദൂരെ. അവർ നടന്നുവരികയാണ്. ഒരാൾ മുന്നിലും, മറ്റേയാൾ പിന്നിലും കെൽവിക്കുട്ടികൾ! കെസിയ ആട്ടം അവസാനിപ്പിച്ച് ഗേറ്റിൽ നിന്നിറങ്ങി. കെൽവിക്കുട്ടികൾ അടുത്തെത്തി. കെസിയ ഗേറ്റിൽ വീണ്ടും കയറി ആടാൻ തുടങ്ങി.

കെൽവിക്കുട്ടികളെ കെസിയ വിളിച്ചു. അവർ അമ്പരപ്പോടെ തിരിഞ്ഞുനിന്നു. ലിലിന്റെ മുഖത്ത് പുഞ്ചിരി. എൽസിയിൽ ഞെട്ടൽ.

“പാവവീടു കാണണമെങ്കിൽ വാ...”

കാൽവിരൽ തറയിൽ വരച്ച് കെസിയ ചോദിച്ചു. ലിൽ ചുവന്ന മുഖത്തോടെ ‘വേണ്ട’ എന്നു പറഞ്ഞു. കെസിയ ചോദിച്ചു:

“എന്തേ?”

ലിൽ പറഞ്ഞു.

“നിങ്ങളുടെ അമ്മ ഞങ്ങളുടെ അമ്മയോട് പറഞ്ഞിട്ടുണ്ട്... നിങ്ങളോട് മിണ്ടാൻ വരരുതെന്ന്?”

“ശരി.”

കെസിയ പെട്ടെന്ന് പറഞ്ഞു:

“എന്നാലും നിങ്ങൾക്ക് കാണണമെന്നുണ്ടെങ്കിൽ പാവവീട് കാണാം.”

ലിൽ വേണ്ടെന്നു പിന്നെയും തലയാട്ടി.

"കാണണ്ടേ?"

കെസിയ വീണ്ടും ചോദിച്ചു.

അപ്പോൾ എൽസി പിറകിൽനിന്ന് ലിലിന്റെ വസ്ത്രത്തിൽ പിടിച്ചുവലിച്ചു. എൽസി വലിയ കണ്ണുകൾകൊണ്ട് കെഞ്ചും പോലെ ലിലിനെനോക്കി. അവൾക്കത് കാണണമെന്നാണ്. അപ്പോൾ എൽസി പിന്നെയും ഉടുപ്പിൽ പിടിച്ചുവലിച്ചു.

കെസിയ മുന്നിൽ നടന്നു. എവിടെ നിന്നോ വന്ന രണ്ടു പൂച്ചകളെപ്പോലെ കെൽവിക്കുട്ടികൾ കെസിയയെ മുറ്റത്തിനു കുറുകെ പിന്തുടർന്നു. അവൾ പാവവീടിനരികിലെത്തി.

"ഇതാ ഇതാണ്."

കെസിയ പറഞ്ഞു.

ലിൽ സ്തബ്ധയായി നിന്നിട്ട് ഉറക്കെ നിശ്വസിച്ചു.

എൽസി ശിലപോലെ നിന്നു.

"ഞാൻ തുറന്നു തരാം."

കെസിയ കൊളുത്തുകൾ വലിച്ചൂരിയെടുത്തു.

അവർ അകത്തേക്കു നോക്കി.

"ഇത് സ്വീകരണമുറി, ഇത് തീൻ മുറി."

അപ്പോൾ 'കെസിയാ' എന്ന് വിളി മുഴങ്ങി.

അവർ ഭയന്നു നോക്കി.

"കെസിയാ."

ബെറിൽ അമ്മായിയാണ്. പിൻവാതിൽ തുറന്ന് അമ്മായി രൂക്ഷമായി നോക്കി. എന്തോ അരുതാത്തത് കണ്ട ഭാവം.

കോപത്തോടെ അമ്മായി ചോദിച്ചു.

"ഈ കെൽവികളെ മുറ്റത്തേക്കു ക്ഷണിക്കാൻ നിനക്കെങ്ങനെ ധൈര്യം വന്നു? അവരോട് മിണ്ടരുതെന്ന് നിനക്കറിയാവുന്നതല്ലേ. വേഗം പുറത്തുകടക്ക് പിള്ളേരെ. മേലിൽ ഈ മുറ്റത്തു കയറിപ്പോവരുത്."

അവർ കോഴിയെ ആട്ടുംപോലെ 'ശൂ' എന്ന് മുറ്റത്തേക്കിറങ്ങി ശബ്ദിച്ചു.

"പോ... ഇവിടുന്ന് വേഗം."

പിന്നീടൊന്നുകൂടി പറയേണ്ടതില്ലായിരുന്നു. അപമാനഭാ

രത്തിൽ ചെറുതായിപ്പോയ അവർ ഇരുവരും വെളുത്ത ഗേറ്റു കടന്ന് റോഡിലെത്തി. ലിൽ അമ്മയെപ്പോലെ കൂനിക്കൂടിയും എൽസി അബോധത്തിലെന്നവണ്ണവും.

"കുരുത്തംകെട്ടവൾ"

ബെറിൽ അമ്മായി ദേഷ്യത്തോടെ പറഞ്ഞു. പിന്നെ അവർ പാവവീടിന്റെ വാതിൽ വലിച്ചടച്ചു.

അന്ന്, വൈകുന്നേരത്തിനുമുമ്പ് വില്ലി ബ്രെന്റിന്റെ ഒരു കത്ത് ബെറിലിനു കിട്ടി. അതൊരു ഭീഷണിക്കത്തായിരുന്നു. അന്ന് വൈകുന്നേരം പുൾമാൻ വനത്തിൽ വന്ന് അവൾ അയാളെ കാണണമെന്ന്. വന്നില്ലെങ്കിൽ അയാൾ വീട്ടിലെത്തി അവളെ വിളിച്ച് വരാത്തതിന്റെ കാരണം തിരക്കുമെന്ന്. ബെറിൽ ഭയന്നിരിക്കുകയാണ്. ആ കെൽവിക്കുട്ടികളെ ഓടിച്ച് കെസിയയെ ശകാരിച്ചപ്പോൾ അവൾക്ക് അല്പം ആശ്വാസം തോന്നി. ഒരു പാട്ടും പാടി അവൾ അകത്തേക്കു നടന്നു.

കുറേ ദൂരത്തെത്തിയപ്പോൾ കെൽവിക്കുട്ടികൾ വിശ്രമിക്കാനിരുന്നു. റോഡരികിലെ ഒരു വലിയ അഴുക്കുവെള്ള പൈപ്പിലായിരുന്നു ഇരുന്നത്. ലില്ലിന്റെ മുഖമപ്പോഴും ചുവന്നു കിടന്നു. അപമാനഭാരംകൊണ്ട്... അവൾ തന്റെ തൂവൽതൊപ്പി എടുത്ത് കാൽമുട്ടിനു മുകളിൽ വച്ചു. എന്തോ ഓർത്തുകൊണ്ട് ഇരുവരും മുന്നോട്ടു നോക്കിയിരുന്നു. മുന്നിലെ പുൽമേട്, അതിനപ്പുറം അരുവി, അതിനുമപ്പുറം കുറ്റിക്കാട് അവിടെ ലോഗിന്റെ പശുക്കൾ കറവക്കാരനെ കാത്തുനില്ക്കുന്നു.

എൽസി ലില്ലിനോട് ചേർന്നിരുന്ന് അവളെ തോണ്ടി. അപ്പോഴേക്കും അവൾ തങ്ങളെ വഴക്കുപറഞ്ഞ ആ സ്ത്രീയെ മറന്നുപോയിരുന്നു. എൽസി കൈനീട്ടി ചേച്ചിയുടെ തൊപ്പിയിൽവച്ച തൂവലിൽ തലോടി. പിന്നെ പുഞ്ചിരിയോടെ പറഞ്ഞു:

"ആ കുഞ്ഞുവിളക്ക് കാണാൻ പറ്റില്ലല്ലോ!"

ജോലി ചെയ്തു തളർന്ന കുട്ടി

കാതറിൻ മാൻസ്ഫീൽഡ്

നീളൻ മരങ്ങൾക്കു മദ്ധ്യത്തിലൂടെയുള്ള, എവിടേക്കെന്നറിയാത്ത ചെറുവഴിയിലൂടെ അവൾ യാത്ര തുടങ്ങി....

അപ്പോൾ ഒരു കൈ അവളുടെ തോളിൽ പതിക്കുകയും അവളെ ബലമായി കുലുക്കി കരണത്തടിക്കുകയും ചെയ്തു.

"ഞാൻ പോവുകയാണ്... എന്നെ തടയണ്ട."

അവശതയോടെ അവൾ പറഞ്ഞു.

"എണീക്കെടി ശവമേ...എണീറ്റുചെന്ന് അടുപ്പിൽ തീപൂട്ട്. ഇന്ന് നിന്റെ എല്ലു ഞാൻ ഊരിയെടുക്കും."

അപ്പോളവൾ പ്രയാസപ്പെട്ട് കണ്ണുകൾ തുറന്നു. അതാ ഒരു കുഞ്ഞിനേയുമെടുത്ത് വീട്ടുടമസ്ഥ മുന്നിൽ നില്ക്കുന്നു. അവളോടൊപ്പം ഉറങ്ങാൻ കിടന്ന മൂന്നു കുട്ടികളും ഉറക്കത്തിലായിരുന്നു. അവർക്ക് ഈ ചീത്തവിളി സുപരിചിതമാണ്.

മുറിയിൽ ഒരു കോണിലിരുന്ന് വീട്ടുടമസ്ഥൻ ബെൽറ്റ് കെട്ടുകയാണ്.

"നീ ഉരുളക്കിഴങ്ങു ചാക്കുപോലെ കിടന്ന് രാത്രി മുഴുവൻ ഉറങ്ങി... കുഞ്ഞ് ഉറക്കത്തിൽ രണ്ടുപ്രാവശ്യം കിടക്കയിൽ മൂത്രമൊഴിച്ചു. ആകെ നനഞ്ഞു. അറിഞ്ഞോ നീ അത്?"

അതുകേട്ടിട്ടവൾ മറുപടി പറയാതെ തണുത്തുമരവിച്ച കൈവിരലുകളാൽ പെറ്റിക്കോട്ടിന്റെ വള്ളികെട്ടി വസ്ത്രത്തിന്റെ

ബട്ടണുകളിട്ടു.

"മതി.. മതി. ഈ കുഞ്ഞിനേയുംകൂടി അടുക്കളയിൽ കൊണ്ടുപോ... യജമാനന് കാപ്പി തയ്യാറാക്ക്. റൊട്ടി മേശവലിപ്പിൽ കാണും.... അതും കൊടുക്ക്.... അതെടുത്ത് നീ തിന്നേക്കരുത്."

വേച്ചുവേച്ച് നടന്ന് അവർ കിടക്കയിലേക്ക് മറിഞ്ഞു. പിന്നെ ഒരു ചുവന്ന തലയണയെടുത്ത് ശിരസ്സിനു കീഴെ വച്ചു.

കൂരിരുട്ടിൽത്തന്നെയാണ് അടുക്കള. കുഞ്ഞിനെ സെറ്റിയിൽ കിടത്തി, ഒരു ഷാളെടുത്ത് പുതപ്പിച്ചു. കാപ്പി ജഗ്ഗിൽനിന്നും പകർന്ന് സ്റ്റൗ കത്തിച്ചു.

അടുത്തളത്തറയിലിരുന്ന് പൈൻ വിറകുകഷണങ്ങൾ ചെറു ചീളുകളാക്കുമ്പോൾ തളർന്നവൾ സ്വയം പറഞ്ഞു.

"ഉറക്കം വന്നിട്ടാ.. ഞാൻ ശരിക്കുണരാത്തെ."

സമയമേറെ കഴിഞ്ഞാണ് അടുപ്പ് ഒന്ന് കത്തിയത്.

തണുത്തു വിറച്ച് അടുപ്പും തന്നെപ്പോലെയാണെന്നവൾ വിചാരിച്ചു. അല്ലെങ്കിൽ ഇരുവശത്തും നീണ്ട് ഇരുണ്ട മരങ്ങളുള്ള ചെറുവഴിയെ സ്വപ്നം കാണുകയാവും. എങ്ങോട്ടും ചെന്നുചേരാത്ത ചെറുവഴി....

അപ്പോൾ വാതിൽ ശക്തിയോടെ വലിച്ചുതുറക്കപ്പെട്ടു.

യജമാനൻ അടുക്കളയിലേക്കു വന്നു.

അയാൾ ഉച്ചത്തിൽ ചോദിച്ചു:

"ഇവിടെ നോക്ക്... എന്തെടുക്കുകയാ നീ ഇവിടെയിരുന്ന്. പോകാൻ നേരമായി... ഹൊ. മേശപോലും കഴുകിത്തുടച്ചില്ലേ നീ..?"

കാപ്പിയെടുത്ത് ഇനാമൽ കപ്പിൽ പകർന്ന്, ഒപ്പം റൊട്ടിയും കത്തിയും അവൾ അയാളുടെ മുന്നിലെത്തിച്ചു. പിന്നെ, സിങ്കിൽനിന്ന് നിലം തുടയ്ക്കുന്ന തുണിയെടുത്ത് മേശ തുടച്ചു.

മേശയ്ക്കു സമീപമിരുന്ന് ജനാലയിലൂടെ ആകാശത്തേക്കു കണ്ണും നട്ട് അയാൾ പിറുപിറുത്തു.

"നശിച്ച ദിവസം... നശിച്ച ജീവിതം...""

റൊട്ടിക്കഷണങ്ങൾ വായിൽത്തിരുകി അതിനുമീതെ കാപ്പി പകർന്ന് അയാൾ ഇറക്കി.

അവൾ വെള്ള പാത്രം എടുത്ത് തറ തുടച്ചുതുടങ്ങി. ഉടുപ്പിന്റെ കൈകൾ ചുരുട്ടിവെക്കുമ്പോൾ വളർച്ചയില്ലാത്ത, മെലി

ഞ്ഞുണങ്ങിയ കമ്പുപോലെയുള്ള തന്റെ കൈകളെ ശാസിക്കും മട്ടിൽ അവളൊന്നു നോക്കി.

"ഞാനിവിടെ ഇരിക്കുമ്പോഴാ തറ തുടച്ച് വെള്ളം തെറിപ്പിക്കുന്നത്? ആ കൊച്ചതാ മൂക്കിലൂടെ കരയുന്നു. അതാദ്യം നിർത്ത്... രാത്രി മുഴുവൻ അതിങ്ങനെയാ.. കരഞ്ഞത്."

അപ്പോഴവൾ ആ കുഞ്ഞിനെ വാരി മടിയിൽ വച്ച് താരാട്ടി.

"ശ്.. അണപ്പല്ലു വര്ണോണ്ടാ കരച്ചില്.... ഉമിനീരു കണ്ടില്ലേ. ഇങ്ങനെ ഉമിനീരൊലിക്കുന്ന കുട്ടികളെ ഞാൻ വേറെ കണ്ടിട്ടില്ല."

കുഞ്ഞിന്റെ മൂക്കും വായയും അവൾ തന്റെ ഉടുപ്പിൻ തുമ്പിനാൽ തുടച്ചു.

"ചില കുട്ടികൾക്ക് അണപ്പല്ല് വര്ണത് ആരും അറിയുക പോലുമില്ല. ചിലത് ഇങ്ങനേം.... പണ്ടെങ്ങോ ഒരു കുട്ടി മരിച്ചപ്പോ അതിന്റെ പല്ലെല്ലാം വയറ്റിലായിരുന്നത്രേ!"

യജമാനൻ എണീറ്റുചെന്ന് കോട്ടെടുത്തു ധരിച്ചു.

"ഓ... ഒന്നുംകൂടി.."

"എന്ത് പല്ലോ?'

പെട്ടെന്ന് ഉറക്കം ഞെട്ടിയപോലെ അവൾ കുഞ്ഞിന്റെ വായിലേക്ക് വിരൽ കടത്തി പരിശോധിച്ചു.

യജമാനൻ പറഞ്ഞു:

"പല്ലിന്റെ കാര്യമല്ല. ഒരു കുട്ടി കൂടി വരുന്നുവെന്ന്. മ്ഹും... വേഗം ജോലി നോക്ക്.... കുട്ടികൾക്ക് സ്കൂളിൽ പോകാൻ നേരമായി..."

കല്ലുകൾ പാകിയ ഇടനാഴിയിലൂടെ അയാളുടെ കനമുള്ള കാലടിശബ്ദം അകന്നുപോകുന്നത് കേട്ടു. മുൻവശത്തെ ഇരുമ്പുവാതിൽ ശബ്ദത്തോടെ അടഞ്ഞു. അവൾ ആലോചിച്ചു.

"ഒരു കുട്ടി കൂടി.. ഇവർക്ക് ഇതേവരെ പ്രസവിച്ച് മതിയായില്ലേ...! അണപ്പല്ലു കിളിർക്കുന്നത് രണ്ടെണ്ണത്തിന്. രാത്രിയിൽ നോക്കുന്നത് രണ്ടെണ്ണത്തിനെ... എടുത്ത് നടക്കുവാനും രണ്ടെണ്ണം... പിന്നെ പഴന്തുണിയൊക്കെ കഴുകുകേം.."

അവളപ്പോൾ തന്റെ കൈയിലുള്ള കുഞ്ഞിനെ ഒട്ടൊരു ഭയത്തോടെ നോക്കി. കുഞ്ഞിനും മനസ്സിലായിരിക്കണം. അവളുടെ

ആ നോട്ടത്തിലെ വെറുപ്പ്. കൈ ചുരുട്ടി, ശരീരം ബലം പിടിച്ച് അത് കരയാൻ തുടങ്ങിയിരുന്നു.

കുഞ്ഞിനെ സെറ്റിയിൽ കിടത്തി അവൾ താൻ നിർത്തി വച്ച തറ കഴുകൽ പുനരാരാംഭിച്ചു. കുട്ടി തുടർച്ചയായി കര ഞ്ഞുകൊണ്ടിരുന്നു. എന്തൊരു ക്ഷീണം. ചൂലിന്റെ പിടിക്കു പോലും അസാധാരണമായ കനം. പിന്നെ പുറംകഴുത്തിൽ വേദ ന. അരക്കെട്ടിന്റെ പിൻവശത്തും വേദന.

സമയം ആറ്. പാൽപ്പാത്രം അടുപ്പത്തുവെച്ച്, ഉറങ്ങുന്ന മൂന്നു കുട്ടികളെ ഉണർത്തി പുതിയ വസ്ത്രം ധരിപ്പിക്കാൻ അവൾ മുറിയിലേക്കു ചെന്നു. കെട്ടിപ്പിടിച്ചാണ് ആന്റണും, ഹാൻസും കിടക്കുന്നത്. വലിയ സ്നേഹമാണെന്നു തോന്നും.... ഉണർന്നാൽ രണ്ടും പിണങ്ങും. മുട്ടുകാൽ താടിയിൽ മുട്ടിച്ച് ചുരുണ്ടുകൂടി കിടക്കുകയാണ് ലെന. ഒരു വാലുപോലെ പുത പ്പിനു മീതെ കിടക്കുന്നു അവളുടെ കെട്ടിയ തലമുടി..

“മ്ഹും.. എണീക്ക്.”

അവൾ ഉറക്കെ പറഞ്ഞു. പുതപ്പു വലിച്ചുമാറ്റി ആൺകുട്ടി കൾക്ക് നല്ല അടി വച്ചു കൊടുത്തു. പിന്നെ കുത്തിയും, പിടിച്ചും വലിച്ചും ഉണർത്തി.

“ഞാൻ നിങ്ങളെ വിളിക്കാൻ തുടങ്ങിയിട്ട് അരമണിക്കൂറാ യി... നേരമെത്രയായെന്നറിയോ? വേഗം എണീറ്റോ.. അല്ലെ ങ്കിൽ ഞാൻ അമ്മയെ വിളിക്കും. ഉണർന്ന ആന്റൺ ഹാൻസിന്റെ ശരീരത്തിൽ തൊഴിച്ചു. ഹാൻസ് പിടികൂടിയത് ലെനയുടെ മുടിക്കെട്ടിലാണ്. ലെന അമ്മയെ വിളിച്ചു കരഞ്ഞു.

“മിണ്ടാതെ... എണീറ്റ് വസ്ത്രം ധരിക്ക്... വാ.. ഞാൻ ധരി പ്പിക്കാം.”

എന്നാൽ, അവളതു പറയാൻ ഒരുനിമിഷം വൈകിയതി നാൽ കൊച്ചമ്മ കിടക്കയിൽനിന്നും ചാടിയെണീറ്റു. പിന്നെ അടുക്കളയിൽ ചെന്ന് ഒരു കൂട്ടം ചുള്ളിവടികൾ കെട്ടി അവി ടേക്കു വന്നു. കിടക്കയിലിരുന്ന് കുട്ടികളെ ഓരോന്നോരായി പിടിച്ച് നല്ല അടിവച്ചുകൊടുത്തു. പിന്നെ തളർന്ന അവൾക്കി ട്ടും. പിന്നെ ഒരമ്മ എന്ന നിലയിൽ തന്റെ അന്നത്തെ ജോലി കൾ തീർന്നുവെന്ന ഭാവത്തോടെ കിടക്കയിൽ ചെന്നുകിടന്നു.

അതോടെ കുട്ടികൾ തളർന്ന അവൾ പറഞ്ഞതനുസരിച്ചു. കുളിപ്പിച്ച്, വസ്ത്രം ധരിപ്പിച്ച്, ആൺപിള്ളേരുടെ ഷൂ പോലും ഇട്ടുകൊടുത്തു. അവരെ തനിച്ചുവിട്ടാൽ ചാടിക്കളിച്ച്, തുപ്പൽ പുരട്ടി ഷൂവിന്റെ ലേസ് അഴിച്ചു വൃത്തികേടാക്കും.

പ്രാതൽ വിളമ്പുമ്പോൾ കുട്ടികൾ ബഹളം വയ്ക്കാൻ തുടങ്ങി. ചെറിയ കുഞ്ഞ് കരച്ചിൽ തുടർന്നുകൊണ്ടിരുന്നു. പാത്രത്തിൽ പാൽ പകർന്ന്, നിപ്പിളിട്ട് അതിന്റെ അഗ്രം തന്റെ വായിൽവച്ച് മയംവരുത്തി, കുഞ്ഞിനെയെടുത്ത് അത് അതിന്റെ വായിൽ വെച്ചുകൊടുത്തു. എന്നാൽ, കുഞ്ഞ് കുപ്പി വലിച്ച് തറയിലെറിഞ്ഞ് ശാഠ്യം പിടിച്ചു. ഒഴിഞ്ഞ കപ്പുകൊണ്ട് ആന്റണിന്റെ തലയിലിടിച്ച് ഹാൻസ് പറഞ്ഞു.

“അണപ്പല്ല്... അവന് അണപ്പല്ലു വരികയാ...”

“ഓ... ഒരു മിടുക്കൻ.”'

ലെന അവന്റെ നേർക്കും നാക്കു നീട്ടിക്കാണിച്ചു.

അവൻ അവളെ തിരിച്ചും.

അപ്പോൾ ലെന വിളിച്ചു പറഞ്ഞു.

“അമ്മേ... ഹാൻസിതാ കൊഞ്ഞനം കാണിക്കുന്നു.”

“മ്ഹും. കൂവിവിളിക്ക്.. രാത്രി നീ ഉറങ്ങുമ്പോൾ ഞാൻ നിന്റെ കൈ വളച്ചു തിരിക്കും..”

ഒരു പ്രത്യേകതരം മുഖഭാവം അവൻ മേശയ്ക്കു മുകളിലിരുന്ന് കുനിഞ്ഞ് അവളെ കാണിച്ചു. എന്നാൽ തന്റെ കസേരയുടെ പിന്നിൽ ആന്റൺ നില്ക്കുന്ന കാര്യം മൊട്ടത്തലയിൽ അവന്റെ തുപ്പൽ വീണപ്പോഴേ അവറിഞ്ഞുള്ളൂ.

തളർന്ന അവൾ അവരെ പിടിച്ചുവലിച്ചുകയറ്റി അവിടെനിന്നും പായിച്ചു.

“വേഗം... സെക്കന്റ് ബെല്ലടിച്ചു...”

കള്ളമാണ് താൻ പറയുന്നതെന്ന് അവൾക്കും അറിയാം... പിന്നെ പ്രാതൽ കഴിച്ച പാത്രങ്ങൾ കഴുകി വൃത്തിയാക്കി. അതു കഴിഞ്ഞ് ഉരുളക്കിഴങ്ങും. ബീറ്റ്റൂട്ടുമൊക്കെ എടുക്കാൻ നിലവറയിലേക്കു ചെന്നു.

അവിടെ ആ മുറിയിലാണ് കൽക്കരി സൂക്ഷിക്കുന്നത്. തണുത്ത ആ ഇടം അവൾക്കും ഇഷ്ടമാണ്. മൂലയിൽ കൂട്ടിയി

ട്ടിരിക്കുകയാണ് ഉരുളക്കിഴങ്ങുകൾ, ബീറ്റ്റൂട്ട് പഴയ മെഴുകുതിരി പെട്ടിയിൽ. ഡാലിയായുടെ ഒരുകൂട്ടം വേരുകളുമുണ്ട് മുറിയുടെ മൂലയിൽ. തമ്മിൽ പോരടിക്കാനിരിക്കുന്നതു പോലെ നില്ക്കുന്നു വേരുകൾ!

മുഴകളില്ലാത്ത കുറച്ച് ഉരുളക്കിഴങ്ങുകളെടുത്ത് അവൾ പാവാടയിലിട്ടു. അതാണ് തൊലികളയാൻ എളുപ്പം. അവിടെ ഉരുളക്കിഴങ്ങു കൂമ്പാരത്തിനു മുന്നിലിരുന്ന് അവൾ ഉറക്കം പിടിച്ചു.

"നീ അവിടെ എന്തെടുക്കുകയാ? കുഞ്ഞ് സെറ്റിയിൽനിന്നു വീണു. അവന്റെ കണ്ണിനുമീതെ മുട്ടയുടെ വലിപ്പത്തിൽ മുഴച്ചിരിക്കുന്നു. ഇങ്ങോട്ടു കേറിവാ... നിനക്ക് ഞാൻ വച്ചിട്ടുണ്ട്."

കോണിയുടെ മുകളിൽനിന്ന് കൊച്ചമ്മ വിളിച്ചു പറഞ്ഞു.

"അയ്യോ... അത് ഞാനല്ല."

ഹാളിന്റെ ഒരു ഭാഗത്തുനിന്ന് മറുഭാഗത്തേക്ക് തല്ലുകൊണ്ട് പായുമ്പോൾ അവൾ കരഞ്ഞുപറഞ്ഞു. അവളുടെ പാവാടയിൽ കൊണ്ടുവന്ന ഉരുളക്കിഴങ്ങും ബീറ്റ്റൂട്ടും അവിടെ ചിതറി.

വീട്ടുടമസ്ഥ, കൊച്ചമ്മയെ കണ്ടാൽത്തന്നെ ഒരു രാക്ഷസിയെയാണ് ഓർമ്മ വരുക.

"മൂലയ്ക്കിരുന്ന് പച്ചക്കറിയുടെ തൊലിനീക്കി കഴുക്.. കുഞ്ഞ് കരയരുത്... ഞാൻ തുണി കഴുകാൻ പോകുകയാ..."

എങ്ങിയേങ്ങി കരഞ്ഞുകൊണ്ട് അവൾ പറഞ്ഞതെല്ലാം ചെയ്തു. എന്നാൽ കുട്ടിയുടെ കരച്ചിൽ നിർത്താനുള്ള വഴികളൊന്നും അവൾക്കറിയുമായിരുന്നില്ല. കനത്ത ചൂടും, കരച്ചിലും കാരണം കുഞ്ഞിന്റെ മുഖവും, തലയും വിയർത്തിരുന്നു. തുടർച്ചയായി കരഞ്ഞുകൊണ്ടിരുന്നു അവൻ. അവൾ കുഞ്ഞിനെയെടുത്ത് മടിയിൽ വച്ചു. തൊലികളഞ്ഞ പച്ചക്കറികളിടാൻ വേണ്ടി വെള്ളം നിറച്ച പാത്രം കരുതിയിരുന്നു. തൊട്ടപ്പുറം പച്ചക്കറി തൊലികൾ നിക്ഷേപിക്കാനുള്ള പാത്രവും.

തൊലി കളയുമ്പോൾ അവൾ 'മ്ഹും... മ്ഹും..' എന്നു പാടി. പിന്നെ പറഞ്ഞു.

"വേറൊരു കുഞ്ഞു കൂടി വരുന്നുണ്ട്... ഇങ്ങനെ എപ്പോഴും കരഞ്ഞുകൊണ്ടിരിക്കാതെ... ഉറങ്ങ്... നിന്റെ സ്ഥാനത്ത് ഞാനായിരുന്നേൽ എപ്പോഴേ ഉറങ്ങിയേനെ... ഇതാ എന്റെ സ്വപ്ന

കഥ പറയാം... പണ്ടുപണ്ട് ഒരിടത്ത് ഒരു ചെറിയ വെളുത്ത വഴി ഉണ്ടായിരുന്നു." അപ്പോൾ തൊണ്ടയിൽ എന്തോ ഒരു വേദന അവൾക്കനുഭവപ്പെട്ടു. കണ്ണുനീർ ഒഴുകി പച്ചക്കറിപ്പാത്രത്തിൽ വീണു. കണ്ണുനീർ തുടച്ച് അവൾ പറഞ്ഞു.

"അല്ലെങ്കിൽ ആ കഥ വേണ്ട... ഇത് തീരുംവരെ മിണ്ടാതിരുന്നാ ഞാൻ നിന്നെ എടുത്തു നടക്കാം കേട്ടോ..."

അപ്പോഴേക്കും കൊച്ചമ്മ തുണിവിരിക്കാൻ വിളിച്ചു. നല്ല കാറ്റ്. മുറ്റത്ത് കാറ്റിൽപ്പെട്ട് അവൾ വീഴാൻ പോയി. അപ്പുറത്തെ താറാവിന്റെ കൂടിൽനിന്ന് വല്ലാത്ത നാറ്റം. അപ്പുറം മൈതാനത്ത് പച്ചപ്പുല്ലുകൾ കാറ്റത്താടുന്നു. അപ്പോളവൾക്ക് മുമ്പ് കേട്ട ഒരു കഥ ഓർമ്മയിൽ വന്നു. ഒരു ദിവസം മുഴുവൻ ഇത്തരമൊരു മൈതാനത്ത് കളിച്ച കുട്ടിയുടെ കഥ. ഉച്ചയ്ക്ക് മസാലയിറച്ചിയും മദ്യവുമായിരുന്നുവത്രേ അവളുടെ ഭക്ഷണം. അവൾക്ക് തെല്ലും തളർച്ച തോന്നിയിരുന്നില്ലത്രെ. ആ കഥ ആരാണ് അവളോട് പറഞ്ഞതെന്നുമാത്രം. അവൾക്ക് ഓർമ്മയില്ല.

തുണികൾ അയയിൽ കാറ്റത്തിടുമ്പോൾ അവ കാറ്റിൽ പറന്ന് അവളുടെ മുഖത്ത് ആഞ്ഞടിച്ചുകൊണ്ടിരുന്നു. പിന്നെ തളർന്ന പാദങ്ങൾ വച്ച് വീട്ടിനുള്ളിലേക്കു നടക്കവെ ഒരിക്കൽക്കൂടി മൈതാനത്തെ പുൽപ്പരപ്പിലേക്കു നോക്കി.

അവൾ യജമാനത്തിയോട് തിരക്കി:

"ഞാനിനി എന്താ ചെയ്യേണ്ടത്?"

"കിടക്ക കുടഞ്ഞുവിരിക്കണം.. വണ്ടിയിലിരുത്തി കുഞ്ഞിനെ റോഡിൽ നടത്തിക്കണം... എനിക്കു കാണാൻ കഴിയുന്ന ഭാഗത്ത്... വീടിനു മുന്നിലൂടെ... വാ പൊളിച്ചു നില്ക്കാതെ പോ പെണ്ണേ... ഞാൻ വിളിക്കുമ്പോൾ വരണം.. സാലഡിന് അരിയാനുണ്ട്.."

അവൾ കിടക്കകൾ വിരിച്ച് പിന്നിലേക്കു മാറി നിന്ന് വീക്ഷിച്ചു. തലയണ തട്ടിക്കുടയുമ്പോൾ ഒരുനിമിഷം അതിലേക്ക് തന്റെ തലചായ്ച്ചു വച്ചു നിന്നു. അപ്പോഴും തൊണ്ടയിൽ എന്തോ കുടുങ്ങിയപോലൊരു വേദന അവൾക്കനുഭവപ്പെട്ടു. കണ്ണുകൾ നിറയുന്നു. ഉടുപ്പുമാറ്റി കുഞ്ഞിനെ ഉന്തുവണ്ടിയിൽ റോഡിലെത്തിച്ചപ്പോഴും കണ്ണുനീർ തീർന്നിരുന്നില്ല.

റോഡിലൂടെ വിചിത്ര തൂവൽ ധരിച്ച തൊപ്പിവച്ച ഒരാൾ കാളവണ്ടിയുമായി കടന്നുപോയി. അയാൾ ചൂളമടിക്കുന്നുണ്ടായിരുന്നു. എന്തോ കെട്ടി ചുമലിൽ വച്ച് പോകുന്ന ഗ്രാമീണരായ രണ്ട് പെൺകുട്ടികൾ. ഒരുവളുടെ ശിരസ്സിൽ നീല തൂവാലയും മറ്റവളുടെ ശിരസ്സിൽ ചുവന്ന തൂവാലയും ധരിച്ചിരുന്നു. പരസ്പരം കൈകൾ കോർത്ത് അവർ നടക്കുന്നു. അപ്പോൾ മേഘത്തിനുള്ളിൽനിന്നും പുറത്തുവന്ന സൂര്യൻ അവിടെയാകെ മഞ്ഞവെയിൽ പരത്തി.

തളർന്ന അവൾ ഈ വഴിയിലൂടെ കുറേ നടന്നാൽ തനിക്ക് ആ ചെറിയ വെളുത്ത വഴിയിൽ എത്താനാവുമോ എന്ന് ചിന്തിച്ചു.

അപ്പോൾ വീടിനകത്തുനിന്നും 'സാലഡ്' എന്ന് കൊച്ചമ്മ വിളിച്ചു പറഞ്ഞു.

കുറച്ചുകഴിഞ്ഞപ്പോൾ കുട്ടികൾ സ്കൂൾ വിട്ടെത്തി. ഉച്ചഭക്ഷണം കഴിച്ചു. യജമാനൻ കൊച്ചമ്മയ്ക്കു വച്ചിരുന്ന പുഡിങ്ങ് കൂടി കഴിച്ചു. കുട്ടികൾ ഭക്ഷണം വാരി ദേഹം മുഴുവൻ തേച്ചു. പാത്രം കഴുകി, വൃത്തിയാക്കി. കുഞ്ഞിനെ നോക്കി... വൈകുന്നേരം ഇഴഞ്ഞു നീങ്ങുന്നു.

വൈകുന്നേരം ഒരു വൃദ്ധ സ്ത്രീ കൊച്ചമ്മയ്ക്കുള്ള പന്നിയിറച്ചിയുമായെത്തി. അവർ സംസാരിക്കുന്നത് അവൾ കേട്ടു.

"മാൻഡാ ആശുപത്രിയിൽ പോയി കുഞ്ഞുമായി വന്നു.. നിനക്കോ...?"

"ഇന്ന് രണ്ടുതവണ ഛർദ്ദിച്ചു. തുടരെത്തുടരെയുള്ള പ്രസവംകൊണ്ട് വയറിനകം കുരുങ്ങിക്കിടക്കുകയാ..."

"പുതിയൊരു പണിക്കാരിയെ നിനക്ക് കിട്ടിയില്ലേ..!"

ശബ്ദം കുറച്ച് കൊച്ചമ്മ പറഞ്ഞു.

"അവളോ... നിങ്ങൾക്കറിയില്ലേ.. തന്തയില്ലാത്ത പെണ്ണാ... റെയിൽവേ സ്റ്റേഷനിലെ പരിചാരികയുടെ മകളാ... പ്രസവിച്ച ഉടനെ കുളിത്തൊട്ടിയിലിട്ട് തള്ള കൊല്ലാൻ നോക്കിയതാണത്രെ... ആരോ കണ്ട് രക്ഷപ്പെടുത്തി... അതോണ്ടാവും മന്ദബുദ്ധിയാ പെണ്ണിന്.."

സമയം കടന്നുപോകെ തന്റെ ഉറക്കത്തെ തടഞ്ഞുനിർത്താൻ തളർന്ന അവൾ പണിപ്പെട്ടു. എവിടെയെങ്കിലും ഇരി

ക്കാൻ അനങ്ങാതെ ഒരുനിമിഷം നില്ക്കാൻ അവൾ ഭയന്നു. രാത്രി ഭക്ഷണം കഴിക്കാനിരിക്കവെ യജമാനനും, യജമാനത്തിയും വളർന്ന് വളർന്ന് വലുതാകുന്നതായും പിന്നെ പാവയെപ്പോലെ ചെറുതാകുന്നതായും അവൾക്കു തോന്നി. കുഞ്ഞിന് രണ്ട് തലകളുണ്ടെന്നും തലയില്ലെന്നുമൊക്കെ അവൾക്കു തോന്നി. ആ കുഞ്ഞിന്റെ കരച്ചിൽ അവളെ പ്രയാസപ്പെടുത്തി. ഒന്നു കിടക്കാനുള്ള സമയം ആഗതമാകുന്നു എന്നതിന്റെ ആഹ്ലാദം അവളെ ആകെ വിറപ്പിച്ചു. എട്ടുമണിയായപ്പോഴതാ റോഡിൽ വണ്ടിച്ചക്രങ്ങളുടെ ശബ്ദം. ഒരു സംഘം സുഹൃത്തുകൾ വൈകുന്നേരം ചെലവഴിക്കാനെത്തിയിരിക്കുകയാണ്.

"കാപ്പി വേണം."

"പഞ്ചസാരപ്പാത്രമെടുക്ക്."

"മുറിയിൽനിന്ന് കസേരകളെടുക്ക്."

"മേശയൊരുക്ക്."

ഒടുവിൽ കുട്ടിയെ നോക്കാൻ കൊച്ചമ്മ അവളെ തൊട്ടടുത്ത മുറിയിലേക്കും അയച്ചു.

അവിടെ കത്തി നില്ക്കുന്നു ഒരു മെഴുകുതിരി. കുഞ്ഞിനെയെടുത്ത് നടക്കവേ, തന്റെ വലിയ നിഴൽ ഭിത്തിയിൽ അവൾ കണ്ടു. മുതിർന്ന ഒരുവൾ മുതിർന്ന ഒരാളെ എടുത്ത് നടക്കുന്നതുപോലെ..

"ശ്.. പണ്ട്.. ഒരു വെളുത്ത ചെറുവഴിയിലൂടെ... വലിയ ഇരുണ്ട മരങ്ങൾക്കു നടുവിലൂടെ അവൾ..."

"ഇവിടെ വാടി..."

കൊച്ചമ്മ അവളെ വിളിച്ചു.

"വാതിലിന്റെ പിന്നിൽ പുതിയ ജാക്കറ്റുണ്ട്. ഇങ്ങെടുത്തോണ്ടു വാ.."

"അതെടുത്ത് അവൾ മുറിയിലെത്തിയപ്പോൾ വന്നവരുടെ കൂട്ടത്തിലെ സ്ത്രീകളിലൊരാൾ പറഞ്ഞു:

"ഇവളുടെ മുഖമെന്താ മൂങ്ങയെപ്പോലെ... ഇങ്ങനെയുള്ളവളുമാർക്ക് തലയ്ക്ക് അസുഖമുണ്ടാവും." യജമാനൻ ചോദിച്ചു.

"നിനക്ക് ആ കുഞ്ഞിനെയൊന്ന് കരയിക്കാതിരുന്നു കൂടെ?"

അദ്ദേഹം താൻ ഈ വീടിന്റെ അധികാരിയും ധൈര്യശാലിയുമാണെന്ന് തോന്നലുളവാകാൻ വേണ്ട മദ്യം അകത്താക്കിയിരുന്നു.

"ഇതിന്റെ കരച്ചിൽ അവസാനിപ്പിച്ചില്ലെങ്കിൽ ഞാൻ നിന്നെ..."

കിടപ്പുമുറിയിലേക്ക് വേച്ചുവേച്ചു നടക്കുമ്പോൾ പിന്നിൽ അവരുടെ ചിരിയും, അട്ടഹാസവും കേട്ടു.

അവൾ സ്വയം പറഞ്ഞു

"ഇവന്റെ കരച്ചിൽ നിർത്താൻ മേരി മാതാവു വിചാരിച്ചാൽ പോലും കഴിയില്ല. യേശു കുഞ്ഞായിരിക്കെയും ഇതുപോലെ കരഞ്ഞിരുന്നോ? ഇങ്ങനെ തളർന്നില്ലായിരുന്നെങ്കിൽ ഞാൻ ഇവന്റെ കരച്ചിൽ എങ്ങനെയെങ്കിലും നിർത്തിയേനെ.. എനിക്ക് ഉറക്കം വരുന്നുണ്ടെന്ന് ഇവനറിയാം... ഇനി ഇതാ ഒരു കുഞ്ഞും കൂടി..."

കുട്ടിയെ കിടക്കയിലേക്കിട്ട് ഭയത്തോട് അവൾ നോക്കി. അപ്പുറം മുറിയിൽനിന്ന് ഗ്ലാസുകൾ കൂട്ടിമുട്ടുന്ന ശബ്ദം. പൊട്ടിച്ചിരികൾ...

അപ്പോഴാണ് അവളുടെ മനസ്സിൽ ആ ചിന്ത വന്നത്. അന്ന് ആദ്യമായി കൈകൾ തമ്മിലിടിച്ച് അവൾ പൊട്ടിച്ചിരിച്ചു.

"ശ്... അവിടെ കിടന്നോ... ഇന്നു നീ എന്തായാലും ഉറങ്ങും. ഇനി നീ കരയില്ല... രാത്രീൽ ഉണരുകയുമില്ല.."

എന്നാൽ അവൻ കണ്ണുകൾ തുറന്ന് തളർന്ന അവളെ നോക്കി അലറിക്കരഞ്ഞു.

അപ്പോൾ അങ്ങേ മുറിയിൽനിന്ന് കൊച്ചമ്മ വിളിച്ചു. അവൾ പറഞ്ഞു:

"ദാ... ഒരുനിമിഷം കുഞ്ഞ് ഇപ്പോ ഉറങ്ങും."

പിന്നെ ചിരിയോടെ നടന്നുചെന്ന് കൊച്ചമ്മയുടെ കിടക്കയിൽനിന്ന് ചുവന്ന തലയണ എടുത്തുകൊണ്ടു വന്നു. അത് കുഞ്ഞിന്റെ മുഖത്തുവച്ച് അമർത്തി. കുഞ്ഞു പിടഞ്ഞപ്പോൾ വീണ്ടും തന്റെ ശക്തിയെല്ലാമെടുത്ത് അമർത്തി. പിന്നെ അവൾ നിലത്തേക്കു മറിഞ്ഞു വീണു. അവൾ ഇരുഭാഗത്തും നീളൻ ഇരുണ്ട മരങ്ങൾ നിറഞ്ഞ, വെളുത്ത വഴിയിലൂടെ നടന്നു. എവിടേക്കെന്നില്ലാതെ... ആരും നടക്കാത്ത വഴിയിലൂടെ...

യുദ്ധവും കേക്കും

എലിസബത്ത് ലാങ്ഗസ്സർ

കുറച്ചുകൂടി തണുപ്പുനീക്കുന്ന കോട്ടുധരിക്കാനായി കുട്ടി ഒരിക്കൽക്കൂടി തിരികെ വന്നു.

"അസുഖം വരാതെ നോക്കണം. ആദ്യകുർബ്ബാനയാണ്. ആദ്യ കുർബ്ബാനയുടെ അന്ന് നല്ല കാലാവസ്ഥ ഒരിക്കലും ഉണ്ടാവാറില്ല."

ആ പഴയ കോട്ട് തെരഞ്ഞെടുത്ത് അമ്മ പറഞ്ഞു. തന്റെ കുർബ്ബാന കൈക്കൊണ്ട നാളിലും ഇങ്ങനെയായിരുന്നുവെന്ന് അമ്മ ഓർമ്മിച്ചു.

"നീളൻ കൈയുള്ള ഉടുപ്പായത് നന്നായി.. മറ്റേ ഉടുപ്പ് വൈകിട്ട് ധരിക്കാം."

അമ്മ പറഞ്ഞു

"കാപ്പിയോടൊപ്പം കേക്കു തിന്നുമ്പോ അല്ലേ?"

കുട്ടി ചോദിച്ചു.

അമ്മ പറഞ്ഞു:

"എല്ലാവരേയും മനസ്സിലോർക്കണം.... മറക്കരുത്."

"അറിയാം.."

കുട്ടി പറഞ്ഞു.

"മമ്മിയേയും, ഡാഡിയേയും.... അല്ലേ?"

തുടർന്നു ചോദിച്ചു.

"കാനഡയിലെ അങ്കിളിനെ, മരിച്ച അമ്മൂമ്മയെ, ഡാഡിയെ യുദ്ധത്തിന് വിളിക്കാതിരിക്കാൻ, റഷ്യക്കാർ വേഗം വന്നു രക്ഷിക്കാൻ..."

"മിണ്ടാതിരിക്ക്.. ഭ്രാന്തിയെപ്പോലെ...!"

അമ്മയ്ക്ക് ദേഷ്യം വന്നു.

"ഇതൊക്കെ നീ എങ്ങനെ പഠിച്ചു? ആരെങ്കിലും കേട്ടാലതു മതി..."

കുട്ടി പറഞ്ഞു:

"ഇല്ല ഞാൻ മനസ്സിലോർക്കുകയേയുള്ളൂ. പറയില്ല. ഈശോ എന്റെ മനസ്സിലെത്തുമ്പോൾ ഞാനത് മനസ്സിൽ പറയും."

ഏഴുവയസ്സുകാരിയെങ്കിലും അവൾ ബുദ്ധിപൂർവ്വമാണ് സംസാരിക്കുന്നത്.

"കുർബ്ബാന സ്വീകരിച്ചാലുടൻ മുഖം കൈകളാൽ മറയ്ക്കണം. മറക്കരുത്."

അമ്മ ഓരോന്നായി പറഞ്ഞുതുടങ്ങി.

"എന്റെയൊക്കെ ചെറുപ്പത്തിൽ വലിയ ഒരുക്കമായിരുന്നു. കുർബ്ബാന കൈക്കൊള്ളാൻ പോകുമ്പോഴും വരുമ്പോഴും നടക്കേണ്ട രീതികൾ, മെഴുകുതിരി പിടിക്കേണ്ട രീതി... ഇടത്ത്, വലത്ത്.. നിര നോക്കി. തെറ്റുമോ എന്ന പേടി.."

"കേക്കു കിട്ടിയിരുന്നോ തിന്നാൻ?"

കുട്ടി ചോദിച്ചു.

"ഞങ്ങളൊന്നും അപ്പോൾ കേക്കിനെപ്പറ്റിയായിരുന്നില്ല ചിന്തിച്ചിരുന്നത്. ഞങ്ങൾക്ക് നല്ല നല്ല കാര്യങ്ങൾ ഒത്തിരിയുണ്ടായിരുന്നു ഓർമ്മിക്കാൻ"

കുട്ടി ചോദിച്ചു.

"ഏതുതരം കേക്കായിരുന്നു?"

"മിണ്ടാതിരിക്ക്... ആഞ്ജലാ."

"ഞാൻ പ്രാർത്ഥിച്ചുകൊള്ളാം.... എല്ലാവരേയും ഓർക്കാം. തിരികെ സ്ഥലത്തെത്തുമ്പോൾ മുഖം മറച്ചുകൊള്ളാം..." പിന്നെ ചോദിച്ചു.

“എന്റെ മുടി നേരെയാണോ എന്നു നോക്കിക്കേ?”

എന്നാൽ സമയത്ത് മുഖം കൈകളാൽ മറയ്ക്കുമ്പോൾ മറന്നുപോയി. സന്തോഷം കൊണ്ടവൾ നിറഞ്ഞിരുന്നു. താൻ വലിയ കുട്ടിയായി എന്ന് അവൾക്കു തോന്നി. മുന്നിൽ, അൾത്താരയിൽ വെയിൽ വീഴുന്ന ചന്തം...

ആളുകൾ കുർബ്ബാന കൈക്കൊണ്ട് പോയ്ക്കൊണ്ടിരുന്നു. അലങ്കരിച്ച മെഴുകുതിരിയേന്തി നിന്ന അവളെ നോക്കുകയായിരുന്നു എല്ലാവരും. തന്റെ അടുത്ത് മുട്ടുകുത്തിയിരുന്ന സൈനികനോട് ഒരു സ്ത്രീ പറഞ്ഞു.

“നോക്ക്.... ആ കുട്ടിയെ കണ്ടോ.. മരണം അടുത്തെത്തിയതിനാൽ വേഗത്തിൽ കുർബ്ബാന കൈക്കൊള്ളുകയാണവൾ.. ... കുറേ കുട്ടികൾ ഇങ്ങനെ കൈക്കൊള്ളാറുണ്ട്.”

സൈനികൻ തോൾകുലുക്കി അത് ശരിവച്ചു. സ്ത്രീ പറഞ്ഞു.

നാം ഈ രാത്രി കടക്കുമോയെന്നുതന്നെ ആർക്കറിയാം.”

വേഗം വീട്ടിലെത്തണമെന്ന് അവൾ കരുതിയിരുന്നു. എന്നാൽ പ്രായമായ വൈദികൻ അവളെ അനുമോദിക്കാനെത്തി.

അദ്ദേഹം പറഞ്ഞു.

“ഇന്ന് നിനക്ക് സന്തോഷദിനമാണ്. എന്നും ഇങ്ങനെയായിരിക്കട്ടെ..”

അവൾ ചിരിച്ചു.

അപ്പോൾ വൈദികൻ അവളോട് സ്വകാര്യം ചോദിച്ചു.

“കേക്കുണ്ടാക്കിയിട്ടുണ്ടോ അമ്മ?”

അവൾ പറഞ്ഞു.

“ഉണ്ട്. കേക്ക് നിറയെ ചിത്രങ്ങളുണ്ട്.”

വൈകിട്ട് കുറച്ച് അതിഥികൾ വന്നപ്പോഴാണ് അമ്മ ആ കേക്ക് മുറിച്ചത്. അമ്മ ആദ്യം അവൾക്കു തന്നെ നല്കി. റിനാറ്റ ആന്റിയും അമ്മയും ഒടുവിലും.

“സന്തോഷമായില്ലേ?”

എല്ലാവർക്കും അവളോട് അതേ ചോദിക്കാനുണ്ടായിരുന്നു

ള്ളൂ. മുതിർന്ന ആളുകളുടെ മുഖങ്ങളിലൊന്നും സന്തോഷം അവൾ കണ്ടില്ല. ഇനി സന്തോഷിക്കുന്നതിലും കുഴപ്പം കാണുമോ? അവൾ അങ്ങനെയാണ് ചിന്തിച്ചത്. അപ്പോൾ അടുത്തിരുന്ന ആൾ ചോദിച്ചു.

"കേട്ടില്ലേ ആഞ്ജലാ... സന്തോഷമായില്ലേ എന്ന്?"

"ഉവ്വ്."

"കൂടുതൽ സന്തോഷമായോ?'

"അതെ..."

"എന്താ സന്തോഷത്തിനു കാരണം?"

"എല്ലാം."

പിന്നെ അവൾ പറഞ്ഞു.

"ഇന്ന് സൈറണൊന്നും കേട്ടില്ലെന്നതാണ്."

"എന്നിട്ട് നീ ദൈവത്തോട് നന്ദി പറഞ്ഞു പ്രാർത്ഥിച്ചോ?"

"ഇല്ല."

"അപ്പോൾ സൈറൺ മുഴക്കി വിമാനങ്ങൾ വരും."

"ഇല്ല."

"വന്നാലോ?"

"ദൈവം രക്ഷിക്കും?"

അമ്മ ചോദിച്ചു.

"നിനക്ക് കേക്ക് ഇഷ്ടമായോ? ഞാനത് കോഡ്‌ലിവർ ഓയിലിലാണുണ്ടാക്കിയത്.."

മറ്റുള്ളവർ ചർച്ച അതിലേക്കു മാറ്റിയപ്പോൾ അവൾ മേശയ്ക്കരികിലെ സ്റ്റൂളിൽ കയറിയിരുന്നു. കേക്ക് തിന്നുകഴിയുവോളം സൈറൺ മുഴങ്ങില്ല. അങ്ങനെ വിചാരിച്ചുകൊണ്ട് ഒരു വിരൽ കേക്കിൽ തൊട്ട് ചുണ്ടിൽ വച്ചു.

"ഒരു കഷണം കൂടി വേണോ?"

"വേണം."

മേശപ്പുറത്ത് വൈൻ ഗ്ലാസുകൾ നിരത്തി.

പിന്നെ സംസാരമായി.

അമ്മ പറഞ്ഞു:

"അന്ന് വൈകിട്ട്, ഇറച്ചി റോസ്റ്റ്, ഉരുളക്കിഴങ്ങ് സാലഡ്,

ബിയറും വൈനും... ക്ലാരാന്റി കുടിച്ച് പാട്ടുപാടി... അമ്മൂമ്മ ദേഷ്യപ്പെട്ടു.. അന്നു ഞാൻ കരഞ്ഞ് ഉറങ്ങുകയും ചെയ്തു."

റിഗാറ്റ ആന്റി കുട്ടിക്കാലത്ത് വലിയ ഏകാന്തതയിലായിരുന്നു. ഇന്നാണെങ്കിൽ കളിയും ആഘോഷവും.

ഫോണടിച്ചപ്പോൾ അമ്മ അത് എടുക്കാൻ പോയി. സന്തോഷവതിയായി തിരികെ വന്നു. അമ്മയെ കണ്ടാൽ ആഞ്ജലയേക്കാൾ കുറച്ചു മാത്രം മുതിർന്ന കുട്ടിയായേ തോന്നൂ. ആന്റിമാരും അതുപറയും.

"ഇന്നത്തെ വാർഡൻ ഡ്യൂട്ടി മാറ്റി... അദ്ദേഹം ഇപ്പോൾ വരും.."

എന്നിട്ട് അമ്മ കുട്ടിയോട് ചോദിച്ചു.

"സന്തോഷമായില്ലേ? സൈറൺ മുഴങ്ങിയാൽ പേടിക്കേണ്ട... ഇന്ന് പപ്പ ഉണ്ടാവും കൂട്ടിന്..."

കുറച്ച് കഴിഞ്ഞ് കൃത്യസമയത്ത് സൈറൺ മുഴങ്ങി. വിമാനങ്ങളുടെ ശബ്ദം. ആദ്യത്തെ ബോംബ് വീണത് വീടിനടുത്തായിരുന്നു. രണ്ടാമത്തെ ബോംബ് കുറച്ചുകൂടി അടുത്ത്... മൂന്നാമത്തെ ബോംബ് വീഴ്ച നിലവറയുടെ പെയിന്റ് പാളി അടർത്തിയിട്ടു. കുട്ടി അപ്പോൾ അച്ഛന്റെ മടിയിലായിരുന്നു. അമ്മയും, അച്ഛനും ഇപ്പോൾ എന്താണ് വിചാരിക്കുന്നതെന്ന് അവൾക്കറിയാം...

"എന്റെ കേക്കിനു പുറത്തെങ്ങാനും ഇപ്പോൾ ബോംബു വീണാൽ...?"

ദുഃഖത്തോടെ അമ്മ പറഞ്ഞു:

"മിണ്ടല്ലേ..."

"അവൾ പറഞ്ഞോട്ടെ... ഇന്ന് അവൾക്കൊന്നും വരില്ല."

"ഇന്നെന്റെ ആദ്യ കുർബ്ബാന നടന്ന ദിവസമാണ്." കുട്ടി പറഞ്ഞു. എന്നാൽ വലിയൊരു ശബ്ദത്തിൽ അവൾ പറഞ്ഞത് ലയിച്ചുപോയി. നിലം കുലുങ്ങി. വീടിന്റെ മേല്ക്കൂര ഞരങ്ങി. അവളുടെ തോളിലേക്ക് കൈകൾ വച്ച് അമ്മയും അച്ഛനുമിരുന്നു.

ആഞ്ജല അമ്മയുടെ കൈ എടുത്ത് സ്വന്തം കൈകളിൽ

പൊതിഞ്ഞു. പൊടി വ്യാപിച്ചപ്പോൾ അച്ഛൻ ഒരു തൂവാലയെടുത്ത് അവളുടെ മുഖത്ത് കെട്ടി, "പേടിക്കേണ്ട" എന്നുപറഞ്ഞു.

പിന്നെയും ശബ്ദം കേട്ടു. അവർ തൊണ്ണൂറാമത്തെ സങ്കീർത്തനം ചൊല്ലി. അവരോടൊപ്പം ആഞ്ജലയും ചേർന്നു.

വീടിനുള്ളിൽ നിന്നെന്നപോലെ വിമാനങ്ങളുടെ ഇരമ്പലുകൾ...

അച്ഛൻ പറഞ്ഞു:

"കേട്ടില്ലേ.... വിമാനങ്ങൾ പോകുകയാണ്. ഇപ്പോൾ വീഴുന്നത് കുറച്ചു ദൂരെയാണ്."

താഴെ നിലവറയിലേക്കുള്ള പടവുകളിൽനിന്ന് ശബ്ദങ്ങൾ കേട്ടു തുടങ്ങി. "നിങ്ങളെല്ലാം അവിടെയുണ്ടല്ലോ അല്ലേ. മുകളിലൊന്നും ബാക്കിയില്ല. വരൂ... മോള് ആദ്യം.. ആഞ്ജല പേടിച്ചോ... എന്റെ കഴുത്തിൽ പിടിച്ചോ..."

"നോക്ക്... നോക്ക്... ദാ പൊട്ടിയ ഗ്ലാസ്... അടുക്കള അതുപോലെത്തന്നെ നില്പുണ്ട്."

അയൽവീട്ടിലെ താമസക്കാരൻ അവളെ നിലത്തുനിർത്തി. ആകാശത്ത് ശോഭിച്ചു നില്ക്കുന്ന അമ്പിളിമാമന്റെ വെളിച്ചത്തിൽ കണ്ടു. പരന്ന തീക്കുണ്ഡങ്ങൾ. ചുവന്ന നിറത്തിൽ...

കുട്ടി അപ്പോൾ പറഞ്ഞു:

"എന്റെ കേക്ക് നോക്കൂ.. ഹാവൂ അതിനൊന്നും പറ്റിയില്ല... പൊടിപറ്റിയത് തുടച്ചാൽ മതി...!"

മാന്ത്രികക്കണ്ണാടി

മദാം ഡി ബ്യൂമോൻഡ്

ഒരിടത്ത് നല്ലവനായ ഒരു കച്ചവടക്കാരൻ ഉണ്ടായിരുന്നു. അയാൾ കച്ചവടത്തിൽ നീതിമാനായിരുന്നു. മിതമായ ലാഭം മാത്രമേ അയാൾ ആളുകളിൽനിന്ന് ഈടാക്കിയിരുന്നുള്ളൂ. അങ്ങനെ കാലമേറെ ചെന്നപ്പോൾ അയാളൊരു ധനികനായി ത്തീർന്നു.

എന്നാൽ അസൂയമൂത്ത ചില കച്ചവടക്കാർ കച്ചവടക്കാ രനെ അപകടത്തിൽപ്പെടുത്താനായി അയാൾക്ക് നഷ്ടം വരു ത്തുന്ന കച്ചവടം നടത്താൻ പ്രേരിപ്പിച്ചു. കാര്യമറിയാതെ അത്തരം കച്ചവടങ്ങളിലേർപ്പെട്ട ആ കച്ചവടക്കാരൻ താമസി യാതെ ദരിദ്രനായിത്തീർന്നു. അദ്ദേഹത്തിന് തന്റെ വീടും കിട പ്പാടവുമൊക്കെ നഷ്ടപ്പെട്ടു.

അദ്ദേഹം തന്റെ മൂന്നു പെൺകുട്ടികളോടൊപ്പം ഗ്രാമ ത്തിൽത്തന്നെയുള്ള ഒരു ചെറിയ വീട്ടിലേക്ക് താമസം മാറി. അദ്ദേഹത്തിന്റെ മൂത്ത പെൺകുട്ടികൾ അഹങ്കാരികളായിരുന്നു. അവർക്കിരുവർക്കും പുതിയ ചെറിയ വീട് ഒട്ടും ഇഷ്ടമായില്ല. എന്നാൽ ഇളയ പെൺകുട്ടി ആ സാഹചര്യവുമായി പെട്ടെന്നി ണങ്ങി.

കച്ചവടക്കാരന് നല്ലവളായ ഇളയമകളോടായിരുന്നു കൂടു

തലിഷ്ടം.

ഒരുനാൾ കച്ചവടക്കാരൻ വ്യാപാരാവശ്യാർത്ഥം ഒരു വിദൂരയാത്രയ്ക്കു പുറപ്പെട്ടു. പെൺമക്കളോട്, താൻ തിരികെ വരുമ്പോൾ എന്താണ് കൊണ്ടുവരേണ്ടതെന്ന് അയാൾ ആരാഞ്ഞു. മൂത്ത പെൺമക്കൾ വിലപിടിപ്പുള്ള ആഭരണങ്ങളും പണവുമായിരുന്നു ആവശ്യപ്പെട്ടത്. ഇളയമകളാകട്ടെ തനിക്കിപ്പോഴൊന്നും ആവശ്യമില്ലെന്ന് പിതാവിനെ അറിയിച്ചു. എന്നാൽ പിതാവ് അവളെ എന്തെങ്കിലും ആവശ്യപ്പെടാൻ നിർബ്ബന്ധിച്ചു. ഒടുവിൽ അവൾ പറഞ്ഞു. തനിക്ക് ഒരു ചുവന്ന പനിനീർപുഷ്പം കൊണ്ടുവന്നുതന്നാൽ മതിയെന്ന്.

കച്ചവടക്കാരൻ തന്റെ കുതിരപ്പുറത്തു കയറി ദിക്ക് ലക്ഷ്യമാക്കി യാത്രയായി. മൂത്തപെൺകുട്ടികൾ ആവശ്യപ്പെട്ട വസ്ത്രങ്ങളും ആഭരണങ്ങളും വാങ്ങി. എന്നാൽ ഇളയമകൾ ആവശ്യപ്പെട്ട ചുവന്ന പനിനീർപുഷ്പം മാത്രം അയാൾക്ക് കിട്ടിയില്ല.

തിരികെയുള്ള യാത്ര ഒരു വനാന്തരത്തിലൂടെ ആയിരുന്നു. അപ്പോൾ വനത്തിൽ ശക്തമായ കാറ്റും മഴയും വന്നു. കയറിനില്ക്കാൻ ഒരിടം നോക്കി യാത്രയായ കച്ചവടക്കാരൻ വഴിതെറ്റി വനമദ്ധ്യത്തിലെവിടെയോ എത്തിച്ചേർന്നു.

കുറേക്കഴിഞ്ഞപ്പോൾ കാറ്റും മഴയും ശമിച്ചു. എന്നാൽ തിരികെ നടക്കാനുള്ള വഴി കണ്ടെത്തുവാൻ കച്ചവടക്കാരനു കഴിഞ്ഞില്ല. തന്റെ കുതിരപ്പുറത്തുകയറി തലങ്ങും വിലങ്ങും സഞ്ചരിക്കവെ, ഒരു നദീതീരത്ത് ആകാശത്തോളമുയരത്തിൽ നില്ക്കുന്ന ഒരു കൊട്ടാരം കച്ചവടക്കാരൻ കണ്ടു. എന്നാൽ അവിടെയെങ്ങും ഒരു മനുഷ്യജീവിയെപ്പോലും കണ്ടില്ല. പൊടുന്നനെ കൊട്ടാരത്തിനകത്തുനിന്നും ഒരു ശബ്ദം മുഴങ്ങി..

"യാത്രക്കാരാ... അകത്തേക്കുവരൂ.."

കച്ചവടക്കാരൻ കൊട്ടാരത്തിനുള്ളിൽ പ്രവേശിച്ചു. അകത്ത് ആരെയും കാണാനില്ല. എന്നാൽ തീൻമേശയിൽ രുചികരങ്ങളായ ഭക്ഷണസാധനങ്ങൾ നിരത്തിവച്ചിരുന്നു. വിശന്നുവലഞ്ഞിരുന്നുവെങ്കിലും അനുവാദമില്ലാതെ അത് കഴിക്കാൻ കച്ചവട

ക്കാരൻ തയ്യാറായില്ല. അപ്പോൾ ശബ്ദം വീണ്ടും.

“യാത്രക്കാരാ... താങ്കൾക്ക് ഇഷ്ടമുള്ള ഭക്ഷണം കഴിച്ചുകൊള്ളൂ. മുറിയിൽ പട്ടുമെത്ത വിരിച്ചുവച്ചിട്ടുണ്ട്. അതിൽ വിശ്രമിച്ചോളൂ. ഞാൻ താങ്കളെ ഉപദ്രവിക്കാൻ വരില്ല!.”

കച്ചവടക്കാരൻ വിശന്നുവലഞ്ഞിരുന്നല്ലോ. അദ്ദേഹം ആർത്തിയോടെ ഭക്ഷണം കഴിച്ചു. പിന്നെ മുറിയിൽ ചെന്നുകിടന്ന് ഉറങ്ങി.

പിറ്റേന്ന് കാലത്ത് എഴുന്നേറ്റ് യാത്ര പുറപ്പെടാൻ തയ്യാറായി. കൊട്ടാരമുറ്റത്തിറങ്ങിയപ്പോൾ അതാ കൊട്ടാരത്തിലെ ഉദ്യാനത്തിൽ നിറയെ ചുവന്ന പനിനീർ പുഷ്പങ്ങൾ. ഇളയമകൾക്കു വേണ്ടി അയാൾ കുറേ പനിനീർ പുഷ്പങ്ങൾ ഇറുത്തെടുത്തു.

അന്നേരം പിന്നിൽനിന്നും ഒരു അലർച്ച കേട്ട് കച്ചവടക്കാരൻ തിരിഞ്ഞുനോക്കി. അതാ വിചിത്ര രൂപിയായ ഒരു രാക്ഷസൻ. മനുഷ്യന്റെ രൂപമാണെങ്കിലും തല സിംഹത്തിന്റേതിനു സമാനമായിരുന്നു.

രാക്ഷസൻ പറഞ്ഞു:

“നീ ഇന്നലെ എന്റെ അതിഥിയായിരുന്നു. എന്നാൽ ഇന്നു നീ എന്റെ ശത്രുവാണ്... കാരണം അനുവാദമില്ലാതെ നീ ഉദ്യാനത്തിൽ പ്രവേശിച്ച് പൂക്കൾ മോഷ്ടിച്ചിരിക്കുന്നു.... ഇതിനുള്ള ശിക്ഷ മരണമാണ്!”

ഇതുകേട്ട കച്ചവടക്കാരൻ ‘അയ്യോ... കൊല്ലരുതേ’ എന്ന് വിലപിച്ചു.

എന്നാൽ തന്റെ ഇളയമകളുടെ ആവശ്യാർത്ഥമാണ് താനിങ്ങനെ പ്രവർത്തിച്ചതെന്നു പറഞ്ഞപ്പോൾ രാക്ഷസന്റെ മനസ്സലിഞ്ഞു.

രാക്ഷസൻ പറഞ്ഞു:

“നിന്നെ ഞാൻ വധിക്കാതെ വിടാം. പക്ഷേ, നീ വീട്ടിലെത്തുമ്പോൾ നിന്നെ ആദ്യം എതിരേല്ക്കാനെത്തുന്ന മകളെ എന്റെ പരിചാരികയായി അയക്കണം..”

അവസാനം കച്ചവടക്കാരൻ സമ്മതിച്ചു. അയാൾ വീട്ടി

ലേക്കു മടങ്ങി.

വീട്ടിലെത്തിയപ്പോൾ ഇളയമകളാണ് അയാളെ എതിരേല്ക്കാനെത്തിയത്. പോകുമ്പോൾ മുഖത്തുണ്ടായിരുന്ന സന്തോഷമെല്ലാം വിട്ടകന്ന പിതാവിനോട് അവൾ കാര്യം തിരക്കി. അയാൾ നടന്നതെല്ലാം മകളെ പറഞ്ഞു കേൾപ്പിച്ചു.

അവൾ പറഞ്ഞു:

“അച്ഛൻ വിഷമിക്കേണ്ട... ഞാനിന്നുതന്നെ രാക്ഷസന്റെ അരികിലേക്കു പോവാം.”

അങ്ങനെ കച്ചവടക്കാരനും മകളും രാക്ഷസന്റെ കൊട്ടാരത്തിലെത്തി. അവളെ അവിടെ നിർത്തി അയാൾ മടങ്ങി.

ആ വലിയ കൊട്ടാരത്തിന്റെ ഏകാന്തത ആ കൊച്ചു പെൺകുട്ടിയെ വല്ലാതെ ഭയപ്പെടുത്തി. കുറേക്കഴിഞ്ഞ് രാക്ഷസൻ സൗമ്യനാണെന്ന് അവൾക്കു മനസ്സിലായി.

പരിചാരികയാണെങ്കിലും കൊട്ടാരത്തിൽ അവൾക്ക് ജോലിയൊന്നുമുണ്ടായിരുന്നില്ല. ഇടയ്ക്ക് രാക്ഷസൻ അവൾക്കുമുന്നിൽ പ്രത്യക്ഷനാവും. പക്ഷേ, രാക്ഷസന്റെ ഭീകരരൂപം അവളെ തെല്ലും ഭയപ്പെടുത്തിയില്ല. ഒരു കൂട്ടുകാരിയോടെന്ന വിധമാണ് രാക്ഷസൻ അവളോട് പെരുമാറിയത്.

ഒരു നാൾ അവൾ ഉദ്യാനത്തിൽ ദുഃഖിതയായി ഇരിക്കുന്നത് രാക്ഷസൻ കാണാനിടയായി. സങ്കടത്തിനു കാരണം തിരക്കി രാക്ഷസൻ അവൾക്കരികിലെത്തി. അവൾ തന്റെ അച്ഛൻ വീടെത്തിയോ ഇല്ലയോ എന്നറിയാത്തതിനാൽ ദുഃഖിക്കുന്നുവെന്ന് രാക്ഷസൻ മനസ്സിലാക്കി. അപ്പോൾ രാക്ഷസൻ ഒരു മാന്ത്രികക്കണ്ണാടിയുമായെത്തി. എന്നിട്ട് അത് അവൾക്കു നല്കി. രാക്ഷസൻ പറഞ്ഞു:

“ഈ കണ്ണാടിയിൽ നോക്കിയാൽ നീ അന്വേഷിക്കുന്ന ആളുകൾ ഇപ്പോൾ എന്തു ചെയ്യുകയാണെന്നു കാണുവാൻ കഴിയും!”

അവൾ അതനുസരിച്ച് മാന്ത്രികക്കണ്ണാടിയിൽ നോക്കി. അതാ തന്റെ പിതാവ് രോഗശയ്യയിൽ കിടക്കുന്നു! മകളെ രാക്ഷസൻ വധിച്ചിരിക്കാമെന്ന ചിന്ത അയാളെ രോഗശയ്യയിലാക്കു

കയായിരുന്നു.

തന്റെ പിതാവിന്റെ അവസ്ഥ കണ്ട് അവൾ കരഞ്ഞു. അപ്പോൾ രാക്ഷസൻ പറഞ്ഞു:

''നീയും നിന്റെ പിതാവിനെപ്പോലെ ശുദ്ധമനസ്സിനുടമയാണ്. നീ മടങ്ങിപ്പോയ്ക്കൊള്ളുക. ഒരിക്കലും ഇവിടേക്കു തിരിച്ചുവരികയും വേണ്ട!" രാക്ഷസൻ അവൾക്ക് വിലപിടിപ്പുള്ള വസ്ത്രങ്ങളും സ്വർണ്ണവും, രത്നങ്ങളുമൊക്കെ നല്കി. അങ്ങനെ രാക്ഷസൻ നല്കിയ കുതിരപ്പുറത്തു കയറി, രാക്ഷസനോട് നന്ദി പറഞ്ഞ് അവൾ യാത്രയായി.

അവൾ പോയതോടെ വല്ലാത്തൊരു ഏകാന്തത രാക്ഷസനെ വലയം ചെയ്തു. അദ്ദേഹം ദുഃഖിതനായിത്തീർന്നു.

മകൾ തിരികെയെത്തിയതിൽ കച്ചവടക്കാരൻ ആഹ്ലാദിച്ചു. അതോടെ അദ്ദേഹം രോഗശയ്യ വിട്ടെണീറ്റു. മകൾ കൊണ്ടുവന്ന സ്വർണ്ണവും രത്നങ്ങളുമുപയോഗിച്ച് വലിയ വീടുപണിത് കച്ചവടക്കാരനും, മക്കളും സുഖമായി ജീവിച്ചു.

എന്നാൽ ഇളയമകൾ ഇടയ്ക്കിടെ രാക്ഷസനെക്കുറിച്ചോർമ്മിച്ചു. രാക്ഷസനെ ഒന്നു കാണണമെന്ന ആഗ്രഹം അവളിലുണ്ടായി. അപ്പോഴാണ് രാക്ഷസൻ നല്കിയ മാന്ത്രികക്കണ്ണാടിയുടെ കാര്യം അവൾ ഓർമ്മിച്ചത്. അവൾ ആ മാന്ത്രികക്കണ്ണാടി എടുത്തുകൊണ്ടുവന്ന് അതിൽ നോക്കി. അതാ ക്ഷീണിതനായി, ദുഃഖിതനായി രാക്ഷസൻ ഒരു ശയ്യയിൽ കിടക്കുന്നു. ആ ദൃശ്യം കണ്ട് അവൾ തേങ്ങിക്കരഞ്ഞു. അവൾ പിതാവിനോട് കാര്യമെല്ലാം പറഞ്ഞിട്ട് കുതിരപ്പുറത്തുകയറി വനത്തിലേക്കു യാത്രയായി. അതാ കൊട്ടാരമുറ്റത്തെ ഉദ്യാനത്തിൽ നിലത്ത് അവശനായ രാക്ഷസൻ കിടക്കുന്നു. മരണാസന്നനായിരുന്ന രാക്ഷസന്റെ ശിരസ്സുതാങ്ങി മടിയിൽവച്ച് അവൾ പറഞ്ഞു:

"ഞാൻ തിരിച്ചുവന്നിരിക്കുന്നു. താങ്കൾ എന്നെ വിട്ടുപോവരുതേ..."

പൊടുന്നനെ ആകാശത്ത് ഒരു മിന്നൽപ്പിണറുണ്ടായി. ഒരു വലിയ ശബ്ദം. അവൾ നോക്കുമ്പോൾ തന്റെ മടിയിൽ തലവ

ച്ചതാ സുന്ദരനായൊരു രാജകുമാരൻ കിടക്കുന്നു! അവൾ അമ്പരന്നു നില്ക്കെ രാജകുമാരൻ പറഞ്ഞു:

“ഭയപ്പെടേണ്ട... ഞാൻ രാക്ഷസൻ തന്നെയാണ്. രാജകുമാരനായിരുന്ന എന്നെ ഒരു രാക്ഷസനാക്കി മാറ്റിയത് ദുഷ്ടനായ ഒരു മന്ത്രവാദിയായിരുന്നു. എന്നെ ശപിച്ച് ഒരു രാക്ഷസനാക്കി മാറ്റും മുമ്പ് മന്ത്രവാദി പറഞ്ഞിരുന്നു. നിന്നെ ഈ രൂപത്തിൽ സ്നേഹിക്കാൻ ഒരു സുന്ദരി തയ്യാറാണെന്നു പറയുന്ന നിമിഷം നിനക്ക് ശാപമോഷം കൈവരുമെന്ന്.. ഇന്ന് അത് സംഭവിച്ചിരിക്കുന്നു!”

അവൾ അറിയിച്ചതിനനുസരിച്ച് പിതാവും സഹോദരിമാരും കൊട്ടാരത്തിലെത്തി. രാജകുമാരനും, അവളും തമ്മിലുള്ള വിവാഹം ആർഭാടപൂർണ്ണമായി നടന്നു. പിതാവിനും, സഹോദരിമാർക്കുമൊപ്പം രാജകുമാരനും അവളും ആ കൊട്ടാരത്തിൽ ദീർഘകാലം സുഖമായി വസിച്ചു.

വിശുദ്ധരാവ്

സെൽമ ലാംഗർ ലോഫ്

തീ അന്വേഷിച്ചാണ് അയാൾ ആ കൂരിരുട്ടിൽ പുറത്തിറങ്ങിയത്. തൊട്ടടുത്ത ഓരോ വീടിന്റെയും വാതിലിൽ മുട്ടി ശബ്ദമുണ്ടാക്കി അയാൾ പറഞ്ഞു:

"കൂട്ടുകാരാ... എന്റെ ഭാര്യ പ്രസവിച്ചു. അവൾക്കും കുഞ്ഞിനും തണുപ്പകറ്റാൻ വേണ്ടി അല്പം തീ തന്നു സഹായിക്കണേ!"

അർദ്ധരാത്രി, ആളുകൾ ഉറക്കം തുടങ്ങിയിരുന്നു. കേട്ടവരാകട്ടെ അയാളോട് കരുണ കാണിച്ചതുമില്ല.

ഒരുപാടുദൂരം അയാൾ തന്റെ അഭ്യർത്ഥനയും അപേക്ഷയുമായി നടന്നു. അങ്ങനെ നടക്കവെ, അങ്ങുദൂരെ അയാൾ ഇത്തിരിവെട്ടം കണ്ടു. അയാൾ അവിടേക്കു നടന്നു.

അതൊരു ഒഴിഞ്ഞ പ്രദേശമായിരുന്നു. അവിടെ ഒരു തീക്കുണ്ഡത്തിനരികിൽ കുറേ ചെമ്മരിയാടുകൾ കിടന്നുറങ്ങുന്നു. അവയ്ക്ക് കാവലാളായി ഒരു വൃദ്ധൻ ആട്ടിടയൻ. അയാളുടെ കാൽക്കൽ മൂന്നു വലിയ നായ്ക്കൾ. അയാളെ കണ്ട് നായ്ക്കൾ മൂന്നും എഴുന്നേറ്റു നിന്നു മുരണ്ടു. പക്ഷേ, ശബ്ദം പുറത്തേക്കു വന്നില്ല. ആ മൂന്നു നായ്ക്കളും അയാളെ കടിക്കുവാനായി മുന്നോട്ടു പാഞ്ഞു. അയാളുടെ കൈകാലുകളിൽ അവ കടി

ച്ചുതൂങ്ങി എന്ന് അയാൾക്കു തോന്നിയെങ്കിലും അവയുടെ കടി അയാൾക്ക് ഏറ്റതുമില്ല.

ചെമ്മരിയാടുകൾ തീക്കുണ്ഡത്തിനു ചുറ്റും കിടന്നതിനാൽ അയാൾക്ക് തീക്കുണ്ഡത്തിനടുത്തേക്ക് നടന്നെത്താനും കഴിഞ്ഞില്ല. ഒടുവിൽ അയാൾ അവയുടെ പുറത്തു കാലുകൾ വച്ച് തീക്കുണ്ഡത്തിനരികിലേക്കു നടന്നു. എന്നാൽ ചവിട്ട് അവയുടെ ശരീരത്തിലേറ്റില്ല. അവയാകട്ടെ, അവിടെനിന്ന് അനങ്ങിയതുമില്ല.

തീക്കുണ്ഡത്തിനരികിലെത്തിയപ്പോൾ ആട്ടിടയൻ തലയുയർത്തി അയാളെ നോക്കി. തികച്ചും പരുക്കനായ ഒരാൾ. പരിചയഭാവംപോലും അയാൾ നടിച്ചില്ല. അങ്ങനെയാണയാൾ. പരുക്കൻ, ആളുകളോട് വളരെ മോശമായി പെരുമാറുന്നവൻ... ആട്ടിടയൻ അയാളെക്കണ്ട് തന്റെ കൈവശമുണ്ടായിരുന്ന മൂർച്ചയേറിയ കുന്തം അയാളുടെ നേർക്കെറിഞ്ഞു. പക്ഷേ, ആ കുന്തം അയാളുടെ ശരീരത്തിൽ തൊടാതെ മറ്റൊരു ദിശ ലക്ഷ്യമാക്കിപ്പോയി. അയാൾ ആട്ടിടയന്റെ അടുത്തുചെന്നു പറഞ്ഞു.:

"കൂട്ടുകാരാ.. എനിക്ക് ഒരു സഹായം ചെയ്യണം. കുറച്ച് തീ തന്നു സഹായിക്കണം. കുറച്ചുമുമ്പ് എന്റെ ഭാര്യ പ്രസവിച്ചു. തണുപ്പിൽനിന്ന് അവൾക്കും കുഞ്ഞിനും രക്ഷ നല്കാൻ തീ പൂട്ടുവാൻ വേണ്ടിയാണ്!

എന്തോ 'തരില്ല' എന്നു പറയേണ്ടിയിരുന്ന ഇടയൻ എന്തുകൊണ്ടോ ആ യാചന നിരസിച്ചില്ല. അതിന് ഇടയന് ധൈര്യം വന്നില്ല. നായ്ക്കളും, ചെമ്മരിയാടുകളും കുന്തമുനയുമൊന്നും അയാൾക്ക് ഒരു പോറൽപോലും ഏല്പിച്ചില്ലെന്നത് ആ ആട്ടിടയൻ കണ്ടതാണല്ലോ.

"തീ എടുത്തുകൊള്ളൂ."

ആട്ടിടയൻ പറഞ്ഞു.

എന്നാൽ അപ്പോഴേക്കും തീക്കുണ്ഡം അണഞ്ഞു കഴിഞ്ഞിരുന്നു. ഉണ്ടായിരുന്നത് കുറച്ച് തീക്കനലുകൾ മാത്രം. അയാളുടെ കൈവശമാകട്ടെ തീക്കനൽ കോരിയെടുക്കാനുള്ള പാത്രമോ, കോരികയോ ഉണ്ടായിരുന്നുമില്ല. അതറിഞ്ഞപ്പോൾ ഇട

യന് ഉള്ളിൽ സന്തോഷമായി.

എന്നാൽ ആട്ടിടയനെ സ്തബ്ധനാക്കിക്കൊണ്ട് അയാള വിടെ കുനിഞ്ഞിരുന്ന് തന്റെ ഉള്ളം കൈയിൽ തീക്കനലുകൾ കോരി മേലങ്കിയിൽ നിക്ഷേപിച്ചു. അപ്പോൾ അയാളുടെ കൈകൾ പൊള്ളുകയോ, മേലങ്കി കത്തിപ്പോവുകയോ ഉണ്ടാ യില്ല!

ആട്ടിടയൻ അത്ഭുതസ്തബ്ധനായി നിന്നു. അയാളെ തിരികെ വിളിച്ച് ആട്ടിടയൻ ചോദിച്ചു:

"ഈ രാത്രിയിൽ എല്ലാ കാര്യങ്ങളും നിങ്ങളെ സഹായി ക്കുകയാണ്. എന്തു കൊണ്ടാണിത്?"

അതിന് അയാൾ ഒരു മറുചോദ്യം ചോദിച്ചു:

"ഇതെല്ലാം കണ്ടിട്ടും നിങ്ങൾക്ക് മനസ്സിലാക്കാനാവുന്നി ല്ലെങ്കിൽ ഞാനെങ്ങനെയാണ് നിങ്ങളെ പറഞ്ഞു മനസ്സിലാ ക്കുക?"

പിന്നെ അയാൾ തിരിഞ്ഞു നടന്നു. വീട്ടിൽച്ചെന്ന് തീക്കു ണ്ഡത്തിൽ അഗ്നിപകർന്ന് ഭാര്യക്കും, കുഞ്ഞിനും ചൂടു നല്കു വാനുള്ള വ്യഗ്രതയോടെ. എന്നാൽ മറുപടി കണ്ടെത്താനുദ്ദേ ശിച്ച് ആട്ടിടയൻ അയാളെ പിന്തുടർന്നു.

മലഞ്ചെരിവിലെ ഒരു ഗുഹയിലേക്കായിരുന്നു അയാൾ നട ന്നത്. അവിടെ പാറക്കെട്ടുകൾക്കിടയിൽ നിലത്ത് അയാളുടെ ഭാര്യയും കുഞ്ഞും കിടക്കുന്നു. ആ ദൃശ്യം കണ്ട് ആട്ടിടയന്റെ മനസ്സു വേദനിച്ചു. ആ തണുത്ത ഗുഹയിൽ കിടന്നാൽ കുഞ്ഞ് തണുത്ത് മരിച്ചുപോകുമെന്ന് അയാൾക്കു തോന്നി. ഇടയൻ അവരെ സഹായിക്കാൻ തയ്യാറായി. ഇടയൻ തന്റെ ചുമലിലെ ഭാണ്ഡമെടുത്തു തുറന്ന് അതിൽനിന്ന് വെളുത്ത ഒരു ചെമ്മരി യാട്ടിൻ തോലെടുത്ത് അയാൾക്കു കൊടുത്തു. എന്നിട്ട് അത് വിരിച്ച് ആ കുഞ്ഞിനെ അതിൽ കിടത്തുവാനാവശ്യപ്പെട്ടു.

അയാൾ ജീവിതത്തിൽ ആദ്യമായി ഒരു സദ്പ്രവൃത്തി ചെയ്യുകയായിരുന്നു. അപ്പോൾ തനിക്കുചുറ്റും വെള്ളിച്ചിറകു കളുള്ള മാലാഖമാർ വന്നു നില്ക്കുന്നത് ആട്ടിടയൻ കണ്ടു. രക്ഷകന്റെ പിറവി ഉദ്ഘോഷിച്ചുകൊണ്ട് മാലാഖമാർ സംഗീ

തോപകരണം മീട്ടി പാടുന്നു! ആ മനുഷ്യനെ ഭൂമിയിലെ ഒരു ജീവിയും, വസ്തുക്കളും ഉപദ്രവിക്കാതിരുന്നത് എന്തുകൊണ്ടായിരുന്നുവെന്ന് അപ്പോൾ ആ ആട്ടിടയന് മനസ്സിലായി.

എല്ലായിടത്തും മാലാഖമാർ.... ഗുഹയ്ക്കകത്തും മലഞ്ചെരിവിലും എല്ലാം.. എല്ലായിടത്തും പാട്ടും നൃത്തവും.. ഇരുളിൽ തനിക്കിതെല്ലാം എങ്ങനെ കാണാൻ കഴിഞ്ഞുവെന്ന് ആട്ടിടയനറിഞ്ഞു കൂടാ.. മുമ്പൊന്നും ഇരുട്ടിൽ കാണുവാൻ കഴിഞ്ഞിരുന്നില്ല അയാൾക്ക്.

നിലത്തു മുട്ടുകുത്തി ആട്ടിടയൻ ദൈവത്തിന് നന്ദി പറഞ്ഞു.

നമുക്കും ആ ദൃശ്യങ്ങൾ കാണാം. ക്രിസ്മസ് തലേന്ന്; ആകാശത്തിലൂടെ മാലാഖമാർ നീങ്ങുന്നത്.

നിങ്ങൾ എന്നെയും ഞാൻ നിങ്ങളെയും കാണുന്നതുപോലെയാണ് ഇതും. ഇതിന് വിളക്കുകളും മെഴുകുതിരികളും വേണ്ട. ഈശ്വരന്റെ മഹത്വമറിയുന്ന മിഴികൾ മാത്രം മതി..

അവളുടെ കാവൽ മാലാഖ

ആൻഫ്രാങ്ക്

ആയിരത്തിത്തൊള്ളായിരത്തി നാല്പത്തി നാല് ഫെബ്രുവരി 22.

ഒരിക്കൽ ഒരിടത്ത് ഒരു വലിയ കാടിനരികിൽ ഒരു മുത്തശ്ശിയും അവരുടെ പേരമകളും താമസിച്ചിരുന്നു. അവൾ കൊച്ചുകുഞ്ഞായിരിക്കെത്തന്നെ അവളുടെ മാതാപിതാക്കൾ മരിച്ചുപോയിരുന്നു. അതിനുശേഷം മുത്തശ്ശി അവളെ സംരക്ഷിച്ചുവന്നു. തികച്ചും വിജനമായ ഒരിടത്തായിരുന്നു അവരുടെ കൊച്ചുവീട്. എന്നാൽ അതൊന്നും അവരെ അലട്ടിയിരുന്നില്ല. അവരവിടെ സന്തോഷത്തോടുകൂടിത്തന്നെ കഴിഞ്ഞു.

ഒരുദിവസം പ്രഭാതത്തിൽ മുത്തശ്ശിക്ക് കിടക്കയിൽനിന്ന് എഴുന്നേല്ക്കാനായില്ല. ശരീരം മുഴുവൻ വേദനയായിരുന്നു അവർക്ക്. അപ്പോൾ പേരമകൾക്ക് പതിനാലു വയസ്സായിരുന്നു പ്രായം. അവൾ തന്റെ മുത്തശ്ശിയെ നന്നായി ശുശ്രൂഷിച്ചു. അഞ്ചുദിവസം കഴിഞ്ഞ് അവളുടെ മുത്തശ്ശി മരിച്ചു. ആ വിജനപ്രദേശത്തെ കുടിലിൽ അങ്ങനെ ആ പെൺകുട്ടി തനിച്ചായി. അവിടെ മറ്റാരേയും പരിചയമില്ലാത്തതിനാൽ, അവരെ വിളിക്കാൻ മടിയായതിനാൽ മുത്തശ്ശിയുടെ ശവസംസ്കാരം അവൾ ഒറ്റയ്ക്കുതന്നെ നടത്തി. മരക്കൂട്ടത്തിനിടയിൽ ഒരുപ്രായമായ മരച്ചുവട്ടിൽ കുഴിവെട്ടി അവൾ മുത്തശ്ശിക്ക് അന്ത്യവിശ്രമമൊ

രുക്കി.

തിരിച്ച് വീട്ടിലെത്തിയപ്പോൾ അവൾക്ക് വലിയ ഏകാന്ത തയും സങ്കടവും അനുഭവപ്പെട്ടു. തന്റെ കിടക്കയിൽ കിടന്ന് അവൾ ഹൃദയഭേദകമാംവിധം കരഞ്ഞു. എഴുന്നേല്ക്കാതെ ദിവ സങ്ങളോളം.... ഭക്ഷണം പോലുമില്ലാതെ. അവൾക്ക് ഒന്നിലും ഒരു താല്പര്യവും തോന്നിയില്ല. മുത്തശ്ശിയെ ഓർത്ത് കര ച്ചിൽതന്നെ കരച്ചിൽ.

ഒരു ദിവസംകൊണ്ട് അവളെ ആകെ മാറ്റിയ സംഭവമുണ്ടാ യി. അത് നടന്നത് ഒരു രാത്രിയിലാണ്. അവൾ ഉറക്കമായിരു ന്നു. പെട്ടെന്ന് തന്റെ മുന്നിൽ തന്റെ മുത്തശ്ശി നില്ക്കുന്നത് അവൾ കണ്ടു. ശിരസ്സുമുതൽ കാല്പാദം വരെ നീളുന്ന ഒരു വെളുത്ത വസ്ത്രമായിരുന്നു അവർ ധരിച്ചിരുന്നത്. അവരുടെ വെളുത്ത മുടി തോളിലൂടെ താഴേക്കു ചാഞ്ഞുകിടന്നിരുന്നു. കൈയിൽ ഒരു കൊച്ചുവിളക്കും.

കിടക്കയിൽത്തന്നെ കിടന്ന് മുത്തശ്ശിയെ ശ്രദ്ധിച്ചുകൊണ്ട് മുത്തശ്ശി പറയുന്നതു കേൾക്കാനവൾ കാതോർത്തു.

“മോളേ.”

മുത്തശ്ശി വിളിച്ചു.

“നാല് ആഴ്ചകളായി എന്നും ഞാൻ നിന്നെ വീക്ഷിക്കുക യായിരുന്നു. കരയുകയും ഉറങ്ങുകയുമല്ലാതെ നീ ഈ സമയം മറ്റൊന്നും ചെയ്യുകയുണ്ടായില്ല. അത് ശരിയല്ല, ജോലികൾ ചെയ്യണം, നൂൽനൂൽക്കണം, നമ്മുടെ കൊച്ചുവീട് നന്നായി പരിപാലിക്കണം, നന്നായി വസ്ത്രം ധരിക്കണം... ഇതെല്ലാം നിന്നെ ബോദ്ധ്യപ്പെടുത്തുവാനാണ് ഞാൻ വന്നത്.”

“നീ വിചാരിക്കുന്നത് മരിച്ചുപോയതിനാൽ എനിക്കിനി നിന്നെ കാണാനാവില്ലെന്നാണ്... ഞാൻ സ്വർഗ്ഗത്തിലിരുന്ന് എപ്പോഴും നിന്നെ കാണുന്നു. ഞാനിപ്പോൾ നിന്റെ കാവൽ മാലാഖയാണ്, മുമ്പത്തെപ്പോലെ ഞാനെപ്പോഴും നിനക്കൊപ്പ മുണ്ടാവും. മോളെ, നീ നിന്റെ ജോലികളിൽ മുഴുകുക... നിന്റെ മുത്തശ്ശി കൂടെയുണ്ടെന്ന കാര്യം മറക്കാതിരിക്കുക.”

മുത്തശ്ശി മറഞ്ഞു. അവൾ ഉറക്കം തുടരുകയും ചെയ്തു.

അടുത്ത ദിവസം രാവിലെ ഉണർന്നപ്പോൾ മുത്തശ്ശി പറഞ്ഞതവൾക്ക് ഓർമ്മ വന്നു. അതവളിൽ ആഹ്ലാദം നിറച്ചു. താൻ തനിച്ചല്ലെന്ന ചിന്ത അവളെ നയിച്ചു. അങ്ങനെ അവൾ വീണ്ടും അവളുടെ ജോലികളിൽ മുഴുകി. നൂൽ ചന്തയിൽ കൊണ്ടുപോയി വിറ്റു. മുത്തശ്ശിയുടെ ഉപദേശം എപ്പോഴും അവൾ ഓർമ്മിച്ചു.

വൈകാതെ ഈ ലോകത്ത് താൻ തനിച്ചല്ലെന്ന് അവൾക്കു ബോദ്ധ്യമായി. നല്ലവനായ ഒരു മില്ലുടമയെ അവൾ വിവാഹം ചെയ്തു. തന്നെ ഒറ്റയ്ക്കാക്കാത്തതിന് അവളെപ്പോഴും മുത്തശ്ശിയോട് നന്ദി പറഞ്ഞു. ഇന്ന് അവൾക്ക് ഒരു കൂട്ടുണ്ടെങ്കിലും, തന്റെ അവസാന നിമിഷം വരെ തന്റെ കാവൽമാലാഖ തന്നോടൊപ്പമുണ്ടാകുമെന്ന് അവൾക്കുറപ്പായിരുന്നു.

കിറ്റി

ആൻഫ്രാങ്ക്

ആഗസ്ത് 7, 1943.

കിറ്റി അടുത്ത വീട്ടിലെ പെൺകുട്ടിയാണ്. അനുകൂലമായ കാലാവസ്ഥയുള്ളപ്പോൾ മുറ്റത്ത് അവൾ കളിക്കുന്നത് ഞാൻ ജനാലവഴി കാണാറുണ്ട്. വീഞ്ഞിന്റെ ചുവപ്പാർന്ന വെൽവെറ്റ് ഉടുപ്പാണ് ഞായറാഴ്ചകളിൽ അവൾ ധരിക്കുക. മറ്റെല്ലാദിവസവും അവൾ കോട്ടൺവസ്ത്രങ്ങൾ ധരിക്കും. ഇളം സ്വർണ്ണവർണ്ണമുള്ള മുടി ചെറുതായി പിന്നിയിട്ടുണ്ടാവും. തെളിമയാർന്ന നീലക്കണ്ണുകളുണ്ട് അവൾക്ക്. സ്നേഹനിധിയാണ് അവളുടെ അമ്മ. അവളുടെ അച്ഛൻ നേരത്തെ മരിച്ചു. അലക്കുകാരിയാണ് അമ്മ. ചില ദിവസങ്ങളിൽ മറ്റുവീടുകളിൽ പോയി അമ്മ ജോലി ചെയ്യും. അന്നേരം സ്ഥിരം ആളുകളുടെ വസ്ത്രങ്ങളലക്കുന്നത് രാത്രിയിലാക്കും.

രാത്രി ഏറെ വൈകി കാർപ്പെറ്റുകളും മറ്റും കഴുകി ഉണക്കും. കിറ്റിക്ക് സഹോദരീ സഹോദരന്മാരായി ആറുപേരാണുള്ളത്. ഏറ്റവുമിളയവൻ പതിനൊന്നുകാരി ചേച്ചിയുടെ പാവാടയിൽ തൂങ്ങി കരയാൻ തുടങ്ങുമ്പോൾ അമ്മ പറയും:

“കുട്ടികളേ ഉറങ്ങാറായി!”

കറുത്ത ഒരു കുഞ്ഞു പൂച്ചയുണ്ട് കിറ്റിക്ക്. അവളതിനെ നന്നായി നോക്കും. ഉറങ്ങാൻ പോകുംമുമ്പ് എല്ലാ ദിവസവും

അവൾ അതിനെ "കിറ്റി... കിറ്റി.. കിറ്റി" എന്നു വിളിക്കുന്നത് നിങ്ങൾക്ക് കേൾക്കാം. അങ്ങനെയാണ് പൂച്ചയ്ക്ക് ആ വിളിപ്പേര് കിട്ടിയത്. രണ്ടു മുയലുകൾ കൂടിയുണ്ട് അവൾക്ക്. ഒന്ന് വെളുപ്പും മറ്റേത് തവിട്ടും. അവ എപ്പോഴും പുല്ലിൽ ചാടി നടക്കുന്നുണ്ടാവും.

ചില സമയങ്ങളിൽ മറ്റുകുട്ടികളെപ്പോലെ അവളും വികൃതി കാണിക്കും. അത് അവളുടെ അനിയന്മാരുമായി വഴക്കിടുമ്പോഴാണ്. അതു കാണേണ്ടതുതന്നെയാണ്. അവൾ അടിക്കുകയും തൊഴിക്കുകയും ചിലപ്പോൾ അവരെ കടിക്കുകയുമൊക്കെ ചെയ്യും. ബലിഷ്ഠയായ ചേച്ചിയെ കുഞ്ഞനുജന്മാർക്ക് വലിയ ബഹുമാനമാണ്.

"കുറേ ജോലി തീർക്കാനുണ്ട്!"

അമ്മ പറഞ്ഞു.

അവൾ വേഗം തന്റെ വിരലുകൾ കാതുകളിൽ തിരുകി. അമ്മ വിളിച്ചത് അവൾ കേട്ടില്ലെന്നു പറയാമല്ലോ. വീടുകളിൽ കയറിയിറങ്ങി ഓടുന്നത് അവൾക്ക് ഇഷ്ടമല്ല. എന്നാൽ രക്ഷപ്പെടാനായി കള്ളം പറയുകയുമില്ല. അവളുടെ നീലക്കണ്ണുകളിലേക്കു നോക്കിയാൽ നിങ്ങൾക്കതു മനസ്സിലാവും.

കിറ്റിയുടെ ആങ്ങളമാരിൽ ഒരാൾക്ക് പതിനാറു വയസ്സായി. അവൻ ഒരു ഓഫീസ് ബോയിയായി പ്രവർത്തിക്കുകയാണ്. മറ്റു കുട്ടികൾക്കരികിൽ ചിലപ്പോഴവൻ അച്ഛനെപ്പോലെ പെരുമാറും.

കിറ്റി അവനെ അനുസരിക്കാതിരുന്നിട്ടില്ല. അനുഭവത്തിൽനിന്ന് അവൾക്കറിയാം. അനുസരിക്കാത്തവരെ അവൻ മുഷ്ടിപ്രയോഗം നടത്തി അനുസരിപ്പിക്കുമെന്ന്. അവൻ പീറ്റർ ദാനശീലനാണ്. അവൻ മിഠായികൾ കൊണ്ടുവരും. അവൾക്കാണെങ്കിൽ മിഠായികൾ വലിയ ഇഷ്ടവുമാണ്.

ഞായറാഴ്ച, പള്ളിമണികൾ മുഴങ്ങുമ്പോൾ അമ്മയും മക്കളും പള്ളിയിൽ പോകും. അവൾ സ്വർഗ്ഗത്തിലുള്ള തന്റെ അച്ഛനുവേണ്ടി പ്രാർത്ഥിക്കും. പിന്നെ അമ്മയ്ക്കുവേണ്ടിയും. അമ്മ ഒരുപാടുകാലം ജീവിക്കണമെന്നാണ് അവളുടെ ആഗ്ര

ഹം. പള്ളി കഴിഞ്ഞാൽ എല്ലാവരും കൂടി ഒരു സവാരി നടത്തും. അതവൾക്ക് വലിയ ഇഷ്ടമാണ്. പാർക്കിലും, മൃഗശാലയിലുമൊക്കെ പോകാൻ. സെപ്തംബറിൽ ടിക്കറ്റിന് നാലിലൊന്ന് പണം നല്കിയാൽ മതിയായതിനാൽ അന്നേ ഈ ആഗ്രഹം നടക്കൂ. സെപ്തംബർ മാസത്തിലാണ് അവളുടെ ജന്മദിനം. ജന്മദിന സമ്മാനമായി അവൾ ആവശ്യപ്പെടുക ഇങ്ങനെയൊരു സവാരിയാകും. മറ്റ് സമ്മാനങ്ങൾ നല്കാൻ അവളുടെ പാവം അമ്മയ്ക്ക് പണമില്ല.

പകൽ മുഴുവൻ ജോലി ചെയ്ത് തളർന്ന അമ്മ രാത്രിയിൽ തേങ്ങിക്കരയുന്നത് കാണാം. അന്നേരം, വലുതായാൽ എല്ലാം താൻ ഒറ്റയ്ക്കു ചെയ്യുമെന്ന് പറഞ്ഞ് അവൾ അമ്മയെ ആശ്വസിപ്പിക്കും. അതുകൊണ്ട് വേഗം വലുതാവാൻ അവൾ അതിനായി ആഗ്രഹിച്ചു. എന്നിട്ട് പണമുണ്ടാക്കണം. നല്ല വസ്ത്രങ്ങൾ വാങ്ങണം. ചേട്ടൻ പീറ്റർ ചെയ്യുന്നതുപോലെ സഹോദരിമാർക്ക് മിഠായി വാങ്ങിക്കൊടുക്കണം. എന്നാൽ അതിനു മുമ്പ് അവൾ ചെയ്യേണ്ട കുറേ കാര്യങ്ങളുണ്ട്. കുറേ പഠിക്കണം. അതിന് കുറേക്കാലം സ്കൂളിൽ പോകണം.

കിറ്റിയെ ഗൃഹാന്തരീക്ഷത്തിൽ നടത്തുന്ന സയൻസ് സ്കൂളിൽ പറഞ്ഞയയ്ക്കണമെന്ന് അമ്മ ആഗ്രഹിക്കുന്നു. പക്ഷേ, അവൾക്ക് അതൊട്ടും സ്വീകാര്യമല്ല. പ്രശ്നക്കാരിയായ ഏതെങ്കിലും സ്ത്രീയുടെ വീട്ടുജോലി അവൾക്കു വേണ്ട. ജനാലയ്ക്കരികിൽനിന്ന് അവൾ നിത്യവും കാണാറുണ്ട് ഫാക്ടറി തൊഴിലാളികളായ പെൺകുട്ടികൾ കളിചിരിയോടെ നടന്നുപോകുന്നത്. അതുപോലെ ഫാക്ടറിയിൽ ജോലി ചെയ്യാനാണ് അവൾക്കിഷ്ടം. ഫാക്ടറിയിൽ നിങ്ങൾ തനിച്ചാവില്ല. പരദൂഷണം പറയാൻ കൂട്ടുണ്ടാവും. അവൾക്ക് അത്തരം പറച്ചിലുകളിൽ താല്പര്യമുണ്ട്. വായാടിത്തരത്തിന്റെ പേരിൽ ഒരിക്കൽ ടീച്ചർ അവളെ സ്കൂളിന്റെ മൂലയിൽ കുറേനേരം എഴുന്നേല്പിച്ചുനിർത്തിയിട്ടുണ്ട്. ഇങ്ങനെയൊക്കെയാണെങ്കിലും സുന്ദരിയും, മിടുക്കിയുമായ ടീച്ചറെ അവൾക്കിഷ്ടമാണ്. പഠിച്ച് അറിവുണ്ടാവാൻ എത്രമാത്രം ബുദ്ധിമുട്ടണം! കുറഞ്ഞ ബുദ്ധി

കൊണ്ടും ഒരാൾക്ക് ജീവിക്കാം. കിറ്റിയുടെ അമ്മ പറയുന്നത് വലിയ ബുദ്ധിയുള്ളവർക്ക് ഭർത്താവിനെ കിട്ടാൻ പ്രയാസമായിരിക്കുമെന്നാണ്. ആശ്ചര്യം തന്നെ! നല്ല കുട്ടികളുണ്ടാവണമെന്നാണ് അവളുടെ മറ്റൊരാഗ്രഹം. അവളുടെ സഹോദരീസഹോദരന്മാരെപ്പോലെയല്ല അവളുടെ കുട്ടികൾ കാണാനഴകുള്ളവരും ഓമനത്വമുള്ളവരുമായിരിക്കണം. നീളൻ കോലൻ മുടിക്കു പകരം തവിട്ട് ചുരുളൻ മുടിയോടുകൂടിയവരാവണം. കിറ്റിയുടെ ശരീരത്തിലെപ്പോലെ നൂറുകണക്കിന് പുള്ളിക്കുത്തുകളും പാടില്ല. അമ്മയ്ക്കുള്ളതുപോലെ കുറേ കുട്ടികൾ വേണ്ട. രണ്ടോ മൂന്നോ കുട്ടികൾ മതി. പക്ഷേ, ഓ ഭാവി, അതങ്ങ് ദൂരെയാണ്...

"കിറ്റി"

അവളുടെ അമ്മ വിളിച്ചു

"ഇവിടെ വാ... നീ എവിടെയാ കുരുത്തം കെട്ടവളേ? ഇരുന്ന് സ്വപ്നം കാണുകയാവും. എനിക്കറിയാം. വേഗം പോയി കിടന്ന് ഉറങ്ങാൻ നോക്ക്!"

കിറ്റി ദീർഘമായൊന്നു നിശ്വസിച്ചു. ശോഭനമായ നാളെയെപ്പറ്റി ചിന്തിച്ചതേയുള്ളൂ, മുടങ്ങി!

ഈവയുടെ സ്വപ്നം

ആൻഫ്രാങ്ക്

ഒക്ടോബർ 6, 1943

"ഈവാ... നന്നായി ഉറങ്ങിക്കോളൂ. ഗുഡ്നൈറ്റ്"

"അങ്ങനെത്തന്നെ.. മമ്മി.. ഗുഡ്നൈറ്റ്."

ലൈറ്റണഞ്ഞപ്പോൾ ഈവ ഇരുളിലായി. പക്ഷേ, ഏതാനും ചില നിമിഷത്തേക്കു മാത്രമായിരുന്നു അത്. അപ്പോഴേക്കും അവളുടെ മിഴികൾ ഇരുളിനോട് പൊരുത്തപ്പെട്ടു. അപ്പോഴാണ് അമ്മ ജനാലകർട്ടൻ പൂർണ്ണമായി വലിച്ച് ഇട്ടിട്ടില്ലെന്നും തുറന്ന ഭാഗത്തുകൂടെ നേരെ നോക്കുമ്പോൾ ചന്ദ്രമുഖം കാണാമെന്നും അവൾക്കു മനസ്സിലായത്. ആകാശത്ത് ചന്ദ്രൻ നിശ്ചലനായി, നിശ്ശബ്ദനായി, സൗഹൃദഭാവത്തിൽ പുഞ്ചിരിച്ചുകൊണ്ടു നില്ക്കുന്നു.

"ഞാനും അങ്ങനെയായെങ്കിൽ!"

ഈവ സ്വയം പതുക്കെ പറഞ്ഞു.

"എല്ലായ്പ്പോഴും ശാന്തമായും ദയയോടും കൂടി നിന്നാൽ എല്ലാവരും എന്നെ ഇഷ്ടപ്പെടും. അത്ഭുതമാവും അത്."

താനും ചന്ദ്രനും തമ്മിലുള്ള അന്തരത്തെപ്പറ്റി ചിന്തിച്ചുചിന്തിച്ച് താനെത്രയോ ചെറുതാണെന്നു സങ്കല്പിച്ചങ്ങനെയങ്ങനെ ചിന്തകൾ സ്വപ്നങ്ങളാക്കി മാറ്റി അവൾ ഉറക്കത്തിലേക്കു വീണു. അടുത്തദിവസം അവൾക്കതെല്ലാം വ്യക്തത

യോടെ ഓർത്തെടുക്കാൻ സാധിച്ചു. ചിലപ്പോൾ ഇങ്ങനെയൊക്കെ സംഭവിച്ചിരുന്നോ എന്ന് അവൾ സംശയിച്ചു.

ഒരു വലിയ പാർക്കിന്റെ പ്രവേശന കവാടത്തിൽ അവൾ നില്ക്കുകയായിരുന്നു. വേലിക്കരികിൽ, അകത്തേക്കു കടക്കാൻ ധൈര്യമില്ലാതെ. പിന്നെ അവൾ അവിടെ നിന്ന് പിൻവാങ്ങാൻ തയ്യാറെടുക്കവെ ചിറകുകൾ വച്ച ഒരു കൊച്ചുബാലിക അടുത്തേക്കുവന്ന് അവളോട് പറഞ്ഞു:

“നേരെപോകൂ..... ഈവാ.. നിനക്ക് വഴിയറിയില്ലേ?”

“ഇല്ല... എനിക്കറിയില്ല.”

ഈവ നാണത്തോടെ പറഞ്ഞു:

“ശരി... നിന്നെ ഞാൻ മുന്നോട്ടുകൊണ്ടുപോകാം....”

അങ്ങനെ പറഞ്ഞുകൊണ്ട് ആ കൊച്ചുമാലാഖ ഈവയുടെ കൈപിടിച്ചു.

അമ്മയുടെയും അമ്മൂമ്മയുടെയും കൂടെ ഈവ ഏറെ പാർക്കുകൾ സന്ദർശിച്ചിരുന്നു. എന്നാൽ ഇതുപോലൊരു പാർക്ക് മുമ്പ് കണ്ടിട്ടില്ല.

പൂവുകൾ, മരങ്ങൾ, പറമ്പുകൾ, അവൾ സങ്കല്പിച്ച തരം പ്രാണികൾ, അണ്ണാൻ, ആമ എന്നിവയെപ്പോലുള്ള ചെറു ജീവികൾ ഇവയൊക്കെ അവൾ അവിടെ കണ്ടു. കൊച്ചമാലാഖ ഉല്ലാസപൂർവ്വം അവളോട് സംസാരിച്ചു കൊണ്ടിരുന്നു. ഭയമെല്ലാം മാറിയപ്പോൾ ഈവ ഒരു സംശയം ചോദിക്കാനാഞ്ഞപ്പോൾ കൊച്ചുമാലാഖ ഈവയുടെ ചുണ്ടിൽ വിരൽവച്ച് തടഞ്ഞു.

“എല്ലാം ഞാൻ നിനക്ക് കാണിച്ചുതരാം.... പറഞ്ഞു തരാം.. എല്ലാം വിവരിച്ചു തന്നുകഴിഞ്ഞാൽ നിനക്ക് മനസ്സിലാവാത്തവയെപ്പറ്റി ചോദ്യങ്ങൾ ചോദിക്കാം. അല്ലാത്തപ്പോൾ എന്നെ തടസ്സപ്പെടുത്താതെ നീ മിണ്ടാതിരിക്കുക. മറിച്ച് പ്രവർത്തിച്ചാൽ ഉടനെ ഞാൻ നിന്നെ വീട്ടിൽ കൊണ്ടുചെന്നാക്കും. അപ്പോൾ മറ്റ് വിഡ്ഢികളെപ്പോലെ നിനക്കും കുറച്ചുകാര്യങ്ങളേ മനസ്സിലാക്കാനാവൂ....

“ശരി... ഇപ്പോൾ ഞാൻ പറയാം. ഒന്നാമതായി.. ഇതാണ്

റോസാപ്പൂ. പൂക്കളുടെ രാജ്ഞി. സുന്ദരിയും സുഗന്ധറാണിയുമാണിവൾ. അടുത്തു ചെല്ലുന്നവർ ഇവളുടെ ഗന്ധത്തിൽ ആകൃഷ്ടരായിത്തീരും."

"റോസാപ്പൂ സുന്ദരിയും സുഗന്ധവാഹിയും, നിറം ഭംഗിയുള്ളതുമാണെങ്കിലും ചില കാര്യങ്ങൾ ഇഷ്ടപ്പെടുന്നില്ല. ഇഷ്ടപ്പെടാത്തത് ചെയ്താൽ അവൾ കൂർത്ത മുള്ളുകൾ നിങ്ങൾക്കു നേരേ നീട്ടും. അവൾ ഓമനിച്ചു വഷളാക്കപ്പെട്ട കൊച്ചു പെൺകുട്ടിയെപ്പോലെയാണ്. അവളെ ആരെങ്കിലും തൊടുകയോ, അവളെയല്ലാതെ മറ്റെവിടെയെങ്കിലും ശ്രദ്ധിക്കുകയോ ചെയ്താൽ അവൾ അവളുടെ കൂർത്തനഖങ്ങൾ കാണിക്കും. അവളുടെ ശബ്ദത്തിൽ പ്രതികാരം നിറഞ്ഞിരിക്കും. ഇഷ്ടക്കേട് പ്രകടിപ്പിക്കാൻ വൈമനസ്യമുള്ളതിനാൽ അവളുടെ ഇടപെടലുകൾ കൃത്രിമത്വം നിറഞ്ഞതാവും. അവൾ പ്രൗഢയായി നടിക്കുകയും ചെയ്യും."

"പറഞ്ഞതുപോലെയാണെങ്കിൽ പിന്നെന്താണ് ആളുകൾ അവളെ പൂക്കളുടെ റാണിയായി കരുതുന്നത്? പറയൂ കൊച്ചു മാലാഖേ?"

"കാരണമോ, ആളുകളെല്ലാം പുറമേ കാണുന്ന തിളക്കത്തിൽ വീണുപോകുന്നു. ഒരു തിരഞ്ഞെടുപ്പു വച്ചാൽ റോസാപ്പൂവിന് വോട്ടു ചെയ്യുന്നവർ വിരളമായിരിക്കും. റോസാപ്പൂവ് കാണാനഴകുള്ളതും, വിശിഷ്ടവുമാണ്. ലോകത്തിന്റെ അവസ്ഥ പോലെ... ആന്തരികമായി മഹാനും ഗുണവാനുമാണെന്നാലും പുറം മോടിയില്ലാത്തയൊരാളെ രാജാവായി ജനം അംഗീകരിക്കുകയില്ല."

"പക്ഷേ, കൊച്ചുമാലാഖേ, റോസാപൂവ് സുന്ദരമാണെന്ന് നീ സമ്മതിക്കുന്നില്ലേ?"

"തീർച്ചയായും, മുൻഭാഗത്തേക്ക് അവൾ സ്വയം കയറാനൊരുങ്ങിയില്ലെങ്കിൽ കൂടുതൽ സുന്ദരമായേനെ. എന്നാൽ പുഷ്പങ്ങളുടെ റാണി എന്ന് പൊതുവായി വിശേഷിപ്പിക്കപ്പെടുന്നതിനാൽ അവളുടെ അഴകിനേക്കാൾ കൂടുതൽ സുന്ദരിയാണ് താനെന്ന് അവൾ കരുതുന്നു. അതവളുടെ തെറ്റിദ്ധാര

ണയാണ്. അത്തരം ജീവനെ ഞാൻ കണക്കിലെടുക്കാറില്ല."

"ലെനയും ഇങ്ങനെ തെറ്റിദ്ധാരണയിൽ അഹങ്കരിക്കുന്നവളാണെന്നു നീ കരുതുന്നുണ്ടോ? അവളും സുന്ദരിയും പണമുള്ളവളുമാണ്. അവൾ ക്ലാസിലെ ലീഡറുമാണ്."

"ഇവാ.. ഒരുനിമിഷം ചിന്തിക്കൂ. എന്നാൽ നീയത് സമ്മതിക്കും. ഉദാഹരണമായി കുഞ്ഞുമേരിയെപ്പറ്റി പറഞ്ഞു. ക്ലാസിലെല്ലാവരും മേരിക്കെതിരായി. എന്താ കാരണം? മേരി നേർവഴി പോകുന്നവളും പാവവുമാണ്. നിങ്ങളെല്ലാവരും ആ തെറ്റായ കാര്യത്തെ സ്വീകരിക്കുകയും ചെയ്തു. നിങ്ങൾ കരുതുന്നതു പ്രകാരം നിങ്ങൾ പ്രവർത്തിച്ചില്ലെങ്കിൽ ലെനയ്ക്ക് നിങ്ങളോടുള്ള ഇഷ്ടം കുറയുമെന്ന്. അത് പ്രധാനാദ്ധ്യാപകന് നിങ്ങളോട് ദേഷ്യം തോന്നുന്നതിനു തുല്യമാണെന്നാണ് നിങ്ങളുടെ ധാരണ. അവൾ തന്റെ ഭംഗിയേറിയ വീട്ടിലേക്ക് നിങ്ങളെ പ്രവേശിപ്പിക്കുകയില്ല. ജീവിതത്തിൽ ലെനയെപ്പോലുള്ളവർ ഒറ്റപ്പെട്ടുപോകാം. എന്നാൽ കുറെക്കഴിയുമ്പോൾ അവൾ തെറ്റുകാരിയെന്ന് കൂട്ടുകാരികൾ മനസ്സിലാക്കും. സ്വന്തം രീതികൾ മാറ്റുന്നതാണ് ലെനയെപ്പോലുള്ളവർക്ക് ജീവിതത്തിൽ ഒറ്റപ്പെടുന്നതിനേക്കാൾ നല്ലത്."

"കൊച്ചുമാലാഖേ, നീ പറയുന്നത്, ലെന പറയുന്നതൊന്നും കാര്യമാക്കേണ്ടെന്ന് ഞാൻ മറ്റുള്ളവരെ പറഞ്ഞു ബോദ്ധ്യപ്പെടുത്തണമെന്നാണോ?"

"അതെ, ആദ്യം നിന്നോടവൾ ദേഷ്യപ്പെട്ടേക്കാം. പിന്നീട്, അവളുടെ ചെയ്തികൾ മോശമായിരുന്നുവെന്ന് മനസ്സിലാവുമ്പോൾ അവൾ നിന്നോട് നന്ദി പറയും. ഇപ്പോഴുള്ളതിൽനിന്ന് വിപരീതമായി കൂടുതൽ ആത്മാർത്ഥതയുള്ള സുഹൃത്തുക്കൾ അവൾക്കുണ്ടാവുകയും ചെയ്യും."

"എനിക്ക് മനസ്സിലാവുന്നുണ്ട്... ഞാനും റോസിനെപ്പോലെ ദുരഭിമാനിയാണോ?"

"കേൾക്കൂ ഈവാ.. ഇങ്ങനെ ചോദിക്കുന്ന ആളുകളും കുട്ടികളുമൊക്കെ ഞങ്ങൾ അത്തരക്കാരല്ലെന്ന് തെളിയിക്കാൻ ശ്രമിക്കുന്നു. ചോദ്യം ചോദിച്ച് നീ സ്വയം ഉത്തരം നല്കുക. ഞാനു

പദേശിക്കുന്നതിനേക്കാളും. നമുക്കുപോവാം. നോക്കൂ. ഇത് സുന്ദരമാണെന്നു നിനക്കുതോന്നുന്നില്ലേ?"

ചെറിയ, നീലനിറമുള്ള മണിയുടെ ആകൃതിയുള്ള കാറിൽ അങ്ങോട്ടുമിങ്ങോട്ടും ചാഞ്ചാടുന്ന കുഞ്ഞു പൂവിനരികിൽ ചെന്ന് മാലാഖ കുനിഞ്ഞു നിന്നു.

"ഈ കുഞ്ഞുമണിപ്പൂവ് സുന്ദരവും ലളിതവുമാണ്. ഇത് ലോകർക്ക് സന്തോഷം നല്കുന്നതുതന്നെ. പള്ളിമണികൾ മറ്റു ള്ളവർക്കായി മുഴങ്ങുന്നതുപോലെ ഇത് മറ്റ് പൂവുകൾക്കായി മുഴങ്ങുന്നു. ഇത് മറ്റ് പൂക്കളെ സഹായിക്കുന്നു. ഈ കുഞ്ഞുമ ണിപ്പൂവ് തനിച്ചല്ല. അതിന്റെ കുഞ്ഞുഹൃദയത്തിൽ സംഗീത മാണ്. റോസാപ്പൂവിനേക്കാൾ സന്തോഷവതിയാണ് ഈ കുഞ്ഞുപൂവ്. മറ്റുള്ളവർ പുകഴ്ത്തുന്നത് ശ്രദ്ധിക്കാറില്ല അവൾ. പ്രശംസകേൾക്കാൻ വേണ്ടി മാത്രമാണ് റോസാപുഷ്പം വിരി യുന്നത്. ആ പ്രശംസ ലഭിച്ചില്ലെങ്കിൽ അതിന് സന്തോഷിക്കാൻ മറ്റ് വകയില്ല. അവളുടെ പുറംമോടി മറ്റുള്ളവർക്കുവേണ്ടിയാണ് അകത്ത് ശൂന്യതയും. അതിനാൽ സന്തോഷമെന്തെന്നറിഞ്ഞു കൂടാ..

"കാണാൻ സുന്ദരിയാല്ലെങ്കിലും കുഞ്ഞുപൂവിന് നല്ല കൂട്ടു കാരുണ്ട് അവളുടെ സംഗീതത്തെ അവൾ ഇഷ്ടപ്പെടുന്നു. ആ കൂട്ടുകാരൻ അവളുടെ ഹൃദയത്തിൽ ജീവിക്കുന്നു."

"പക്ഷേ, കുഞ്ഞുപൂവ് സുന്ദരിയല്ലേ?"

"അതെ, പക്ഷേ, റോസാപ്പൂവിനെപ്പോലെ പുറമേ കാണി ല്ല. നിർഭാഗ്യവശാൽ ഇത്തരം പുറംമോടികളിലാണല്ലോ ആളു കൾ ആകൃഷ്ടരായിത്തീരുന്നത്."

"എനിക്കും ചിലപ്പോൾ കടുത്ത ഏകാന്തത തോന്നും. അപ്പോൾ എന്നോടൊപ്പം ആരെങ്കിലും ഉണ്ടായിരുന്നെങ്കിൽ എന്നു തോന്നാറുണ്ട്. അത് ശരിയല്ലെന്നാണോ?"

"അത് കാര്യമാക്കേണ്ട... ഈവാ... വലുതാകുമ്പോൾ നിനക്കും നിന്റെ ഹൃദയത്തിന്റെ സംഗീതം കേൾക്കാം. എനിക്ക് തീർച്ചയുണ്ട്..."

"മാലാഖേ... ഇനിയും പറയൂ നിന്റെ കഥ.."

"ശരി പറയാം." മാലാഖ തന്റെ ചെറുവിരലുകൾ മുകളിലേക്കുയർത്തി. ഈവാ നോക്കിയപ്പോൾ അതാ അവിടെ ഒരു ചെസ്നട്ട് മരം.

"ആ മരം മനോഹരമല്ലേ?" മാലാഖ ചോദിച്ചു.

"ശരിക്കും... അപ്പൂപ്പൻ മരം തന്നെ... അതിന് എത്ര വയസ്സുണ്ടാവും?"

"നൂറ്റമ്പതിലേറെ പ്രായമുണ്ടെന്ന് ഉറപ്പിക്കാം. പക്ഷേ, നിവർന്നങ്ങനെ നില്ക്കുന്നതിനാൽ പ്രായം തോന്നില്ല. അതിന്റെ ബലത്തെ എല്ലാവരും പുകഴ്ത്തിപ്പറയും. കരുത്തിനെക്കുറിച്ച് തനിക്കറിയാമെന്ന് അത് തെളിയിച്ചു കഴിഞ്ഞതുമാണ്. അസൂയയാൽ മറ്റൊന്നും അതിനേക്കാൾ ഉയരുന്നത് അതിഷ്ടമല്ല. അവൻ ജീവിക്കുന്ന കാലത്തോളം മറ്റൊന്നിനേയും അവൻ ഗൗനിക്കുകയുമില്ല. അവൻ കരുണയുള്ളവനും, മറ്റുള്ളവയുടെ സംരക്ഷകനുമാണെന്ന് തോന്നും. നീയങ്ങനെ വിചാരിച്ചാൽ നിനക്കുതെറ്റി. ബുദ്ധിമുട്ടുകളും പരാതികളുമായി ആരും അടുത്തേക്ക് ചെല്ലുന്നില്ലെന്നതിലാണ് ചെസ്നട്ട് മരത്തിന്റെ സന്തോഷം. അവന്റെ ജീവിതം മികച്ചതാണ്. എന്നിട്ടും അവൻ മറ്റുള്ളവയോട് അസൂയ കാണിക്കുന്നു. മരങ്ങൾക്കും, പൂവുകൾക്കുമൊക്കെ ഇക്കാര്യമറിയാം. പ്രയാസമുണ്ടാവുമ്പോൾ അതുകൊണ്ടുതന്നെ ചെസ്നട്ടിനെ മറന്ന് പൈൻമരത്തെയാണ് അവ അഭയം പ്രാപിക്കുക."

"ഇപ്പോൾ ചെസ്നട്ടിന്റെ വലിയ ഹൃദയത്തിലും ചെറിയ സംഗീതമുണ്ട്. അവൻ പക്ഷികളെ ഇഷ്ടപ്പെടുന്നത് അതുകൊണ്ടാണ്. ചെറിയ ഒരു കാരുണ്യം അവൻ അവയോട് കാണിക്കും. കൂടുതലൊന്നുമില്ലെങ്കിലും ചിലതെല്ലാം അവയ്ക്ക് നല്കുകയും ചെയ്യും."

"ഏതെങ്കിലും മനുഷ്യരുമായി ഈ ചെസ്നട്ട് മരത്തെ താരതമ്യപ്പെടുത്താനാവുമോ?"

"അത് ചോദിക്കേണ്ട കാര്യമില്ല ഈവാ... എല്ലാ ജീവികളെയും പരസ്പരം താരതമ്യം ചെയ്യാം. ചെസ്നട്ടിനെയും ഒഴിവാക്കാനാവില്ല. ചെസ് നട്ട് കുഴപ്പക്കാരനല്ല. എന്നാൽ അത്ര

നല്ലവനുമല്ല... മറ്റുള്ളവയെ അവൻ ഉപദ്രവിക്കാറില്ല. സ്വന്തം കാര്യം നോക്കി ജീവിക്കുന്നു. അതിൽ സംതൃപ്തി നേടുന്നു. ഈവാ... മറ്റെന്തെങ്കിലും ചോദിക്കാനുണ്ടോ?"

"ഇല്ല. എനിക്കെല്ലം മനസ്സിലായി. എല്ലാം വിവരിച്ചു തന്നതിന് എനിക്ക് വളരെ നന്ദിയുണ്ട്. ഞാനെന്റെ വീട്ടിലേക്കു പോവുകയാണ്. ഇനിയും സംസാരിക്കാൻ വരുമല്ലോ അല്ലേ?"

"കഴിയില്ല... ഈവാ... ഉറങ്ങിക്കൊള്ളൂ.."

ഈവ ഉണർന്നപ്പോഴേക്കും മാലാഖ അപ്രത്യക്ഷയായിരുന്നു. ചന്ദ്രൻ പോയി പകരം ആകാശത്ത് സൂര്യനെത്തിയിരിക്കുന്നു. അടുത്ത വീട്ടിലെ നാഴികമണി ഏഴുപ്രാവശ്യം ചിലച്ചു.

ആ സ്വപ്നം ഈവയെ നന്നായി സ്വാധീനിച്ചിരുന്നു. പിന്നീടുള്ള ദിവസങ്ങളിൽ തെറ്റായ കാര്യങ്ങൾ പറയാനോ, ചെയ്യാനോ മുതിരുമ്പോൾ അവൾ കുഞ്ഞുമാലാഖയുടെ ഉപദേശങ്ങളോർമ്മിക്കും. ലെനയെ അനുസരിക്കാതിരിക്കാൻ അവൾ ശ്രമിച്ചുകൊണ്ടിരുന്നു. തന്നെ തഴയാനായി അവളെക്കൊണ്ട് ഇതാരോ ചെയ്യിച്ചതാണെന്ന് ലെനയും വിചാരിച്ചു; തന്നെ 'വെള്ളം' കുടിപ്പിക്കാൻ... അവളും അതിനെ ശക്തമായി നേരിട്ടു. തന്റെ പ്രിയപ്പെട്ട കൂട്ടുകാരെ ലെന ഈവയ്ക്കെതിരാക്കി.

കൊച്ചുമേരിയോടെന്നപോലെ ബുദ്ധിപൂർവ്വമല്ല തന്നോട് ലെന ഇടപെടുന്നതെന്നത് ഈവയെ സന്തോഷിപ്പിച്ചു. നാണം കുണുങ്ങിപ്പെണ്ണായ മേരിക്ക് ലെനയുടെ മുന്നിൽ പിടിച്ചു നില്ക്കാൻ കഴിയുന്നുവെന്നതുതന്നെ ഈവയെ അത്ഭുതപ്പെടുത്തി. മേരി ലെനയേക്കാൾ നല്ല സുഹൃത്താണെന്ന് ഈവയ്ക്ക് ബോദ്ധ്യപ്പെട്ടു.

ഈവ തന്റെ അമ്മയോട് കുഞ്ഞുമാലാഖയെ കുറിച്ച് ഒന്നും ഇതേവരെ പറഞ്ഞിട്ടില്ല. അമ്മയിൽനിന്ന് ഒരു കാര്യം മറച്ചു വെയ്ക്കുന്നത് അവൾ ഇതാദ്യമായാണ്. അത് രഹസ്യമാക്കി വെക്കേണ്ടത് ആവശ്യമാണെന്ന് അവൾക്കു തോന്നി അത്രതന്നെ. ഇക്കാര്യത്തിൽ മമ്മി തന്നോടൊപ്പമുണ്ടാവുമെന്ന് അവൾ

കരുതുന്നു.

കുഞ്ഞുമാലാഖ സുന്ദരിയാണ്. മമ്മി ആ വലിയ പാർക്കിൽ വരികയോ, മാലാഖയെ കാണുകയോ ഉണ്ടായിട്ടില്ല. മാലാഖയുടെ രൂപത്തെക്കുറിച്ച് വിവരിക്കാൻ അവൾക്കറിയില്ല. ആ സ്വപ്നം അവളെ സ്വാധീനിച്ച നാൾ തന്നെ മകളിലുണ്ടായ മാറ്റം അമ്മയും ശ്രദ്ധിച്ചിരുന്നു. അമ്മ അവളോട് അവൾക്കിഷ്ടപ്പെട്ടതിനെക്കുറിച്ചു മാത്രം സംസാരിക്കുകയും നിസ്സാരമായവയെ അവഗണിക്കുകയും ചെയ്തു. ഈവ തനിക്കുണ്ടായ മാറ്റത്തെക്കുറിച്ച് ഒന്നും പറയാത്തതിനാൽ അമ്മയും അതേക്കുറിച്ച് സംസാരിച്ച് അവളുടെ ആത്മവിശ്വാസത്തെ തകർക്കാൻ ആഗ്രഹിച്ചില്ല.

അതിനുശേഷം മാലാഖയുടെ നല്ല ഉപദേശങ്ങൾ ഉൾക്കൊണ്ടാണ് ഈവ ജീവിച്ചത്. പിന്നീട് അവൾ ആ മാലാഖയെ കണ്ടതുമില്ല. കുറച്ചു കാലമായി ലെനയല്ല ക്ലാസിലെ ലീഡർ. പെൺകുട്ടികൾ ഓരോരുത്തരും മാറിമാറി ആ സ്ഥാനം ഏറ്റെടുത്തു. ആദ്യം ലെനയ്ക്ക് ഇത് സഹിക്കാനായില്ലെങ്കിലും ദേഷ്യപ്പെട്ടതുകൊണ്ട് കാര്യമില്ലെന്ന് പിന്നീടവൾ മനസ്സിലാക്കി. അവൾ സൗഹൃദത്തോടെ പെരുമാറാൻ തുടങ്ങി. ഒടുവിൽ അവൾ പഴയ ചീത്ത പെരുമാറ്റരീതികൾ ഉപേക്ഷിച്ചുവെന്ന് മനസ്സിലായപ്പോൾ അവർ അവളെ തങ്ങളോടൊപ്പം കൂട്ടി.

ഇതേപ്പറ്റിയൊക്കെ അമ്മയോട് സംസാരിക്കാൻ ഈവ തീരുമാനിച്ചു. അതു കേട്ടിട്ട് അമ്മ പൊട്ടിച്ചിരിക്കുകയൊന്നുമുണ്ടായില്ല. അമ്മ പറഞ്ഞു.

“നിനക്ക് മാലാഖ തന്നത് അനുഗ്രഹമാണ്. അത് കുറേ പേർക്ക് കിട്ടുമെന്ന് ഞാൻ കരുതുന്നില്ല.. നിന്നിൽ മാലാഖയ്ക്കുണ്ടായ വിശ്വാസത്തെ നീ കാത്തുസൂക്ഷിക്കുക.. മറ്റാരോടും ഇതേപ്പറ്റി പറയണ്ട. മാലാഖ പറഞ്ഞതനുസരിച്ചുമാത്രം പ്രവർത്തിക്കുക. മാലാഖ നിനക്ക് കാണിച്ചുതന്ന മാർഗ്ഗത്തിൽനിന്ന് വ്യതിചലിക്കാതിരിക്കാനും ശ്രദ്ധിക്കുക.”

ഈവ വലുതായപ്പോൾ അവളുടെ സൽക്കർമ്മങ്ങൾ നിമിത്തം നല്ലവളെന്ന് അറിയപ്പെട്ടു.

അവൾക്ക് പതിനാറുവയസ്സായപ്പോൾ അവളുടെ സമുദായത്തിലുള്ളവർ അവളെ ദയാനിധിയും മാന്യതയാർന്നവളുമായി കരുതി. സൽക്കർമ്മങ്ങൾ ചെയ്യുമ്പോൾ അവൾക്ക് ഉള്ളിൽ വലിയ സന്തോഷവും സുഖവുമനുഭവപ്പെടും. പതുക്കെ പതുക്കെ അവൾക്കു മനസ്സിലായി മാലാഖ ഉദ്ദേശിച്ച 'ഹൃദയത്തിന്റെ സംഗീതം' എന്താണെന്ന്.

വലുതായപ്പോൾ ഒരു ദിവസം ആ സ്വപ്നത്തിന്റെ അർത്ഥവും ആ മാലാഖ ആരായിരുന്നെന്നും അവൾ തിരിച്ചറിഞ്ഞു. ഒരു പ്രകാശം തന്നിൽ കൊളുത്തിയത് തന്റെ മനസ്സാക്ഷിയായിരുന്നുവെന്ന്..... അത് നേർവഴി കാണിച്ചുകൊടുത്തു. ആ മാലാഖയ്ക്ക് അവൾ ഹൃദയപൂർവ്വം തന്റെ നന്ദി പ്രകാശിപ്പിച്ചു.

റീത്ത

ആൻഫ്രാങ്ക്

സമയമേതാണ്ട് നാലേകാൽ കഴിഞ്ഞിരിക്കണം. തികച്ചും ശാന്തമായ തെരുവിലൂടെ ഞാൻ നടക്കുകയായിരുന്നു. തെരുവോരത്തുള്ള പലഹാരക്കടയിൽ കയറാനൊരുങ്ങവെ, ഞാൻ പോവാനിരുന്ന ഇടറോഡു കടന്ന് രണ്ട് കൗമാരക്കാരികൾ പോകുന്നതു കണ്ടു. കൈകൾ പരസ്പരം കോർത്തുപിടിച്ച്, ഉച്ചത്തിൽ സംസാരിച്ചുകൊണ്ടായിരുന്നു അവരുടെ നടത്തം.

പരസ്പരമുള്ള അവരുടെ സംസാരം കേൾക്കുക എന്നത് ഉല്ലാസകരവും ആഹ്ലാദദായകവുമാണ്. ചെറിയ സംഗതികൾക്കുപോലും അവർ പൊട്ടിച്ചിരിക്കും. പിന്നെ ഒരു പകർച്ചവ്യാധിപോലെ ആ പൊട്ടിച്ചിരി മറ്റുള്ളവരിലേക്ക് പകർത്തുകയും ചെയ്യും.

അതുകൊണ്ട് ഞാൻ അവരറിയാതെതന്നെ അവരെ പിന്തുടർന്നു. കൈവശമുള്ള പത്തുസെന്റ് നാണയംകൊണ്ട് എന്തു വാങ്ങണമെന്നതായിരുന്നു അവരുടെ സംസാരവിഷയം. പറഞ്ഞുകൊണ്ടിരിക്കെ അവരുടെ വായിൽ വെള്ളം നിറയുന്നത് കാണാമായിരുന്നു. പലഹാരക്കടയിൽ പ്രവേശിച്ചിട്ടും അവർ കണ്ണാടി കൂടിനകത്തെ പലഹാരങ്ങൾ നോക്കി പരസ്പരം ചർച്ച ചെയ്യുകയായിരുന്നു. സ്വാദുള്ള ആ പലഹാരങ്ങളെ ഞാനും കണ്ണുകൾകൊണ്ട് ഭക്ഷിക്കുകയായിരുന്നു അപ്പോൾ.

അവർ കടയിലേക്കു പ്രവേശിക്കും മുമ്പെതന്നെ അവർ എന്താണ് വാങ്ങിക്കുകയെന്ന് ഞാൻ കണക്കാക്കിയിരുന്നു. തിരക്കില്ലാത്ത സമയമായിരുന്നതിനാൽ അവർക്ക് പെട്ടെന്ന് സാധനങ്ങൾ കിട്ടി. പഴങ്ങളും മധുരവും നിറച്ച അടകളാണ് അവർ വാങ്ങിയത് അത്ഭുതപ്പെടുത്തിക്കൊണ്ട് അതെടുത്തുനോക്കാൻ മെനക്കെടാതെ അവർ പുറത്തേക്കു തന്നെ നടന്നു.

ഒരു മിനിട്ടിനുശേഷം ഞാനും പുറത്തിറങ്ങി അവരെ പിന്തുടർന്നു. ഉറക്കെ സംസാരിച്ചുകൊണ്ട് അവർ എന്റെ മുന്നിൽ നടക്കുകയായിരുന്നു. അടുത്ത കവലയിലും ഒരു പലഹാരക്കട ഉണ്ടായിരുന്നു. ഒരു കൊച്ചുപെൺകുട്ടി തന്റെ കൊതിയൂറുന്ന കണ്ണുകളുമായി നിരത്തിവച്ച പലഹാരങ്ങൾ നോക്കിക്കൊണ്ട് കടയ്ക്കുമുന്നിൽ നില്പുണ്ടായിരുന്നു. അവർ മൂന്നുപേരും സംസാരിക്കാൻ തുടങ്ങി. അവർ ഓരോരുത്തരും പറയുന്നതെന്തെന്നു കേൾക്കാനായി ഞാനും അവിടേക്കു ചെന്നു. കൗമാരക്കാരികളിലൊരുവൾ ചോദിച്ചു.

"മോളെ നിനക്ക് വിശക്കുന്നോ? മധുരമുള്ള അട വേണോ നിനക്ക്?"

കൊച്ചുകുട്ടി പറഞ്ഞു:

"വേണം."

"റീത്ത, വിഡ്ഢിത്തം കാണിക്കല്ലേ."

മറ്റേ കൗമാരക്കാരി പറഞ്ഞു.

"നീ ഞാൻ ചെയ്തതുപോലെ നിന്റെ അട വേഗം തിന്നാൻ നോക്ക്.. നീ ഇത് ഈ കുട്ടിക്കു കൊടുത്താൽ പിന്നെ നിനക്കു തിന്നാനൊന്നുമുണ്ടാവില്ല."

മറുപടി പറയാതെ റീത്ത ഒരുനിമിഷം ചിന്തിച്ചു നിന്നു. ഒരു നിമിഷം പലഹാരത്തിലേക്കും, പിന്നെ ആ കുഞ്ഞിനേയും അവൾ നോക്കി. പിന്നെ പെട്ടെന്ന് അവൾ ആ പലഹാരം കുഞ്ഞിനു നല്കി. എന്നിട്ടു പറഞ്ഞു.

"മോള് തിന്നോളൂ. ഞാൻ വീട്ടിൽ ചെന്നിട്ട് അത്താഴം കഴിച്ചോളാം."

കൊച്ചുകുട്ടി നന്ദി പറയുംമുമ്പേ, റീത്തയും അവളുടെ കൂട്ടു

കാരിയും അവിടെനിന്ന് അപ്രത്യക്ഷരായി. കൊച്ചുകുഞ്ഞിനരികിലൂടെ ഞാൻ കടന്നുപോകവെ, അവൾ അതിൽനിന്നും വലിയ ഒരു കഷണമെടുത്ത് എനിക്കു നീട്ടി.

"ചേച്ചി ഇതൊന്നു തിന്നുനോക്കൂ. എനിക്കിത് സമ്മാനമായി കിട്ടിയതാണ്."

ഞാൻ പുഞ്ചിരിയോടെ അവൾക്കു നന്ദി പറഞ്ഞ്, നടന്നു. ആ മധുര അടയിൽനിന്ന് ഏറ്റവും സന്തോഷം ലഭിച്ചത് ആർക്കാണെന്നാണ് നിങ്ങൾക്ക് തോന്നുന്നത്? റീത്തയ്ക്കോ, അവളുടെ കൂട്ടുകാരിക്കോ അതോ ആ കൊച്ചുപെൺകുട്ടിക്കോ?

ഞാൻ അത് റീത്തയ്ക്കാണെന്നു വിശ്വസിക്കുന്നു.

വെള്ളക്കൊക്ക്

സാറ ഓൺ ജെവെറ്റ്

1

ജൂൺ മാസ സായാഹ്നനത്തിൽ വൃക്ഷങ്ങൾ കറുത്ത നിഴലുകളായി നിന്നു. വൃക്ഷശിഖരങ്ങളിൽനിന്നും മങ്ങിയ കിരണങ്ങളെ വലിച്ചുമാറ്റി വേഗം മടങ്ങാനുള്ള ശ്രമത്തിലാണ് സൂര്യൻ. അവൾ തന്റെ പശുവിനേയും കൊണ്ട് മടങ്ങാനുള്ള ഒരുക്കത്തിലായിരുന്നു. പോകേണ്ട വഴി തിരിച്ചറിയാൻ അവൾക്കു കഴിയുന്നുണ്ടെങ്കിലും ഇല്ലെങ്കിലും അവളുടെ കാലുകൾക്ക് ആ വഴി പരിചിതമാണെന്നു തോന്നുന്നു.

വേനൽക്കാല വൈകുന്നേരങ്ങളിൽ അവൾ തന്റെ പശുവിനുവേണ്ടി കാത്തിരുന്ന് സമയം വൈകും. പശുവിന്റെ കഴുത്തിൽ കെട്ടിയ മണിയുടെ മുഴക്കം തേടി. 'കോ... കോ' എന്നു വിളിച്ച് അവൾ, സിൽവിയ കുറേനേരം അലഞ്ഞു തിരിയും. എന്നാൽ അന്നേരം ആ മണി ഒരുതവണ മുഴക്കാൻ പോലും തയ്യാറാവാതെ അവളുടെ പശു തീറ്റിയിലായിരിക്കും. 'മൂ' എന്നൊന്ന് അമറുക പോലുമില്ല. കുറേ പാൽ നല്കുന്നവളൊന്നുമല്ലെങ്കിലും അവൾക്ക് പശുവിനെ ഇഷ്ടമാണ്.

ഇന്ന് അവൾ അവളുടെ മാത്രമായ വിനോദങ്ങളിൽ മുഴുകിയപ്പോൾ പശു അവളെ വിളിക്കുകയായിരുന്നു. പിന്നെ കറുത്ത നിഴൽ വീണ നടപ്പാതയിലൂടെ അവൾ പശുവിനൊപ്പം

നടന്നു. കാടുകളിൽ കിളികൾ ചേക്കേറാൻ തുടങ്ങിയിരുന്നു. മുള്ളുചെടികൾ അവളുടെ വസ്ത്രാഞ്ചലങ്ങളിൽ ഇടയ്ക്കിടെ പിടിമുറുക്കിക്കൊണ്ടിരുന്നു. കാറ്റിന് പൂക്കളുടെ ഗന്ധം.

വൃക്ഷങ്ങൾക്കിടയിലെ നിഴലുകൾ കൂടുതൽ കറുത്തുകൊണ്ടിരുന്നു. എന്നാലവൾക്ക് ഭയമൊന്നും തോന്നിയില്ല. പ്രകൃതിയിലെ എല്ലാ വസ്തുക്കൾക്കും ജീവികൾക്കും അവളോട് ഇഷ്ടമാണല്ലോ.

അപ്പോഴൊരു ചൂളം കുത്തൽ കേട്ടു. അത് അകലെനിന്നായിരുന്നില്ല. പക്ഷികളുടെ ശബ്ദവുമല്ല. അതൊരു പയ്യന്റെ ചൂളം കുത്തൽ പോലുണ്ട്. അവൾ പശുവിനെ അവിടെ നിർത്തി കുറ്റിക്കാടുകളുടെ ഭാഗത്തേക്ക് ശ്രദ്ധിച്ചു. അപ്പോൾ അവൻ അവളെ കണ്ടു.

"ഹേ.. കുട്ടി.. റോഡിലേക്കെത്ര ദൂരമുണ്ട്?"

കിതപ്പോടെ അവൾ പറഞ്ഞു

"നല്ല ദൂരമുണ്ട്."

ആ ചെറുപ്പക്കാരന്റെ തോളത്ത് ഒരു തോക്കുമുണ്ടായിരുന്നു. അവൾ തന്റെ പശുവിനൊപ്പം കുറ്റിക്കാടുകൾക്കിടയിലൂടെ വേഗം നടന്നു. അവൻ അവളുടെ പിറകെ വന്നു.

"ഞാൻ കുറച്ച് പക്ഷികളെ പിടിക്കുകയായിരുന്നു." അവൻ പറഞ്ഞു:

"നടന്നു നടന്ന് വഴി തെറ്റി... ഒരു സുഹൃത്ത് എന്നെ സഹായിച്ചേ പറ്റൂ. പേടിക്കേണ്ട" തുടർന്നു ചോദിച്ചു.

"എന്താ നിന്റെ പേര്? ഇന്നുരാത്രി നിന്റെ വീട്ടിൽ കഴിയാനനുവദിക്കാമോ? എന്നാൽ അതിരാവിലെ എനിക്ക് വേട്ടയ്ക്കിറങ്ങാൻ പറ്റും."

അവളുടെ അമ്മൂമ്മയോട് ചോദിക്കാതെ അവളൊന്നും തീരുമാനിക്കാറില്ല. 'സിൽവി' എന്നുമാത്രം മറുപടി പറഞ്ഞു അവൾ.

മൂന്നുപേർ വരുന്നതുകണ്ട് അമ്മൂമ്മ മിസ്സിസ് ടില്ലി എഴുന്നേറ്റുവന്നു. പശു അമ്മൂമ്മയെ കണ്ട് സാന്നിദ്ധ്യമറിയിച്ചു. അമ്മൂമ്മ സിൽവിയോട് ഇത്രയും നേരം എവിടെയായിരുന്നു

വെന്നു തിരക്കി. സിൽവി അതിനു മറുപടി പറഞ്ഞില്ല. അവനെ കൃഷിക്കാരനോ കൂട്ടുകാരനോ ആയി അവർ ധരിച്ചിരിക്കണം.

വാതിലിനരികിൽ തന്റെ തോക്കു വച്ചശേഷം അവൻ തല കുനിച്ച് അമ്മൂമ്മയെ വണങ്ങി. അവന്റെ കഥ ചുരുക്കിപ്പറഞ്ഞു കൊണ്ട് രാത്രി അവിടെ തങ്ങാൻ അനുവാദം ചോദിച്ചു.

"നിങ്ങൾ പറയുന്നത് എവിടെയായാലും ഞാനവിടെ കഴിഞ്ഞോളാം."

അവൻ പറഞ്ഞു.

"നേരം പുലരുമ്പോൾ പൊയ്ക്കൊള്ളാം എനിക്കിപ്പോൾ നന്നായി വിശക്കുന്നു. കുറച്ച് പാൽ കിട്ടിയിരുന്നെങ്കിൽ നന്നായിരുന്നു."

"തരാമല്ലോ."

അമ്മൂമ്മ പറഞ്ഞു.

അവർ സിൽവിയോട് ഭക്ഷണം വിളമ്പാൻ ആവശ്യപ്പെട്ടു.

ഇംഗ്ലണ്ടിലെ വനമേഖലകളിൽ ഇത്രയും വൃത്തിയും സുരക്ഷിതത്വവും നിറഞ്ഞ കുടിലുകൾ ഉണ്ടായിരുന്നില്ല. ഭക്ഷണം കഴിഞ്ഞപ്പോഴേക്കും രാത്രിയായി. കാലിഫോർണിയയിൽ വച്ചായിരുന്നു സിൽവിയയുടെ അമ്മ ഉൾപ്പെടെയുള്ള അവരുടെ കുട്ടികൾ മരിച്ചത്. അമ്മൂമ്മ പറഞ്ഞു:

"എന്റെ മകനും വേട്ടക്കമ്പക്കാരനായിരുന്നു."

ഭക്ഷണം കഴിഞ്ഞ് വെറുതെയിരിക്കുമ്പോൾ അവൻ പക്ഷികളെ കുറിച്ച് പറഞ്ഞു. അമ്മൂമ്മ ആശ്ചര്യത്തോടെ കേട്ടിരുന്നു. ഇടയ്ക്ക് അവൻ ചോദിച്ചു.

"സിൽവിക്ക് പക്ഷികളെക്കുറിച്ച് അറിയാമോ?"

"ഞാനൊരു ആൺകുട്ടിയായിരുന്നെങ്കിൽ ഞാൻ കുറേ പക്ഷികളെ പിടികൂടിയേനെ."

സിൽവി പറഞ്ഞു.

പക്ഷികളെ പിടികൂടി കൊന്ന് ഉണക്കി സൂക്ഷിക്കുകയാണവൻ. എല്ലാ പക്ഷി ഇനങ്ങളും അവന്റെ കൈവശമുണ്ട്. പക്ഷേ, വെള്ളക്കൊക്ക് മാത്രമില്ല... അതിനെക്കൂടി കിട്ടിയാൽ എല്ലാമായി. വെള്ളക്കൊക്കിന്റെ ശബ്ദം ശനിയാഴ്ച വളരെ

ദൂരെ നിന്നെന്നപോലെ കേട്ടു. ആ ഭാഗത്തേക്ക് അവൻ യാത്ര ചെയ്തു. പക്ഷേ, നാടു മുഴുവൻ തിരഞ്ഞിട്ടും അതിനെ കാണാൻ കിട്ടിയില്ല.

പിന്നെ അവൻ വെള്ളക്കൊക്കിനെപ്പറ്റി ഒരു വിശദീകരണം നല്കി. 'നീളമുള്ള വെള്ളപക്ഷി. മൃദുലമായ ചിറുകകൾ, നീണ്ടു മെലിഞ്ഞ കാലുകൾ, മരത്തിന്റെ ഏറ്റവും ഉയരത്തിൽ കൂടു വെക്കും. അതും ചുള്ളിക്കമ്പുകളുപയോഗിച്ച് പരുന്തുകളുടെ കൂടുപോലെ..!

സിൽവിയയുടെ ഹൃദയം മിടിച്ചു. അവൾ ആ വെളുത്ത പക്ഷിയെ കണ്ടിട്ടുണ്ട്. പുല്ലിൽ വന്നിരിക്കുന്നത് കാണാം.

അവൻ പറഞ്ഞു.

"എനിക്ക് വെള്ളക്കൊക്കിന്റെ കൂട് കാണണമെന്ന് വലിയ ആഗ്രഹമുണ്ട്. എന്നെ അത് കാണിക്കുന്നവർക്ക് ഞാൻ പത്തു ഡോളർ വരെ നല്കാനും ഒരുക്കമാണ്."

അവന്റെ അവധിക്കാലം മുഴുവൻ ഇതിനായി ചെലവഴിക്കാനാണ് അവന്റെ പരിപാടി.

ഇതെല്ലാം കേട്ട് അമ്മൂമ്മ മിസ്സിസ് ടില്ലി അത്ഭുതസ്തബ്ധയായിരുന്നു. എത്രപണം കിട്ടിയാലും താൻ കാണുന്ന വെള്ളക്കൊക്കിനെപ്പറ്റി യാതൊരു വിവരവും നല്കുകയില്ലെന്ന് സിൽവി തീരുമാനിച്ചു. പിറ്റേന്ന് അവനോടൊപ്പം സിൽവിയും വനത്തിലേക്കു പോയി. അവനെക്കുറിച്ചുള്ള ആദ്യ ഭയമൊക്കെ അപ്പോഴേക്കും അവളെ വിട്ടകന്നിരുന്നു. അതിനകം അവൻ ദയാലുവാണെന്നും അവൾ മനസ്സിലാക്കി. പക്ഷികളെക്കുറിച്ച് നിരവധി കാര്യങ്ങൾ അവൻ സിൽവിക്കു പറഞ്ഞുകൊടുത്തു. എന്തിനാണവൻ ഇത്രയും പക്ഷികളെ കൊന്നൊടുക്കുന്നതെന്നും മാത്രം സിൽവിക്ക് മനസ്സിലായില്ല. എന്നാൽ ചില നാളുകൾകൊണ്ട് അവന്റെ സ്നേഹപൂർണ്ണമായ ഹൃദയം കണ്ടെത്താനവൾക്കായി. വനത്തിലൂടെ പതുക്കെ പാദങ്ങൾ വച്ച് അവർ നടന്നു. അങ്ങനെയിരിക്കെ ഒരു പക്ഷിയുടെ പാട്ടുകേട്ടു. കുറ്റിക്കാടുകൾ വകഞ്ഞ് അവർ മുന്നോട്ട് നടന്നു; അവൻ മുന്നിലും അവൾ പിന്നിലുമായി. പക്ഷേ, ഒന്നും കണ്ടെത്താനായില്ല.

ദൂരെനിന്ന് വെള്ളക്കൊക്കിന്റെ ശബ്ദം അവൾ കേട്ടുവെങ്കിലും അവൾ അവന്റെ ശ്രദ്ധ ആ ഭാഗത്തേക്കു കൊണ്ടുപോയില്ല. അങ്ങനെ വൈകുന്നേരമായി അവർ കുടിലിലേക്കു നടന്നു.

2

വീട്ടിൽനിന്ന് അരമൈൽ ദൂരെ വനഭാഗത്ത് ഉയർന്ന കുന്നുകളിലാണ് പൈൻമരത്തിന്റെ സ്ഥാനം. വലിയ ഉയരക്കാരൻ തന്നെ. അതിന്റെ ഉയരത്തിൽ കയറിയാൽ വെള്ളക്കൊക്കിന്റെ കൂട് കാണാം. പിന്നെ ദൂരെ ആർത്തിരമ്പുന്ന കടലും. പലപ്പോഴും അതിൽ കയറാനായി അവൾ അതിനെ സ്പർശിച്ചതാണ്. അവൾ ആ മരത്തിൽ കയറിയാൽ കടൽ കാണാമെന്ന് ആരോടും പറഞ്ഞിട്ടില്ല. കാരണം, ആ പൈൻമരത്തിലെ വെള്ളക്കൊക്കിന്റെ കൂട് നഷ്ടപ്പെടുത്താൻ അവൾ ഇഷ്ടപ്പെടുന്നില്ല.

ഇന്ന് അവൾ ഒന്നു തീരുമാനിച്ചു. പൈൻ മരത്തിലേക്കു കയറാൻ ഓക്കു മരത്തിന്റെ സഹായം തേടി. വിചാരിച്ചതിലും പ്രയാസമേറിയതായിരുന്നു വഴികൾ. ചെറിയ ചെറിയ വിരലുകളാൽ പിടിച്ചു പിടിച്ച് കയറി. കുരുവികളും മണ്ണാത്തിപ്പുള്ളുകളുമൊക്കെ അവളുടെ സാന്നിദ്ധ്യമറിഞ്ഞു. ഭൂമിയിൽനിന്നും മറ്റെവിടേക്കോ കയറിപ്പോകുന്നുവെന്നൊരു തോന്നൽ അവളെ വലയം ചെയ്തു. ഇരുൾ നീങ്ങും മുമ്പേ മുകളിലെത്തിയാൽ വെള്ളക്കൊക്കിനെ കാണാനായേക്കും. കൊക്കിന്റെ കൂടു കാണിച്ചു കൊടുത്താൽ പത്തു ഡോളർ നല്കാമെന്ന അവന്റെ പ്രഖ്യാപനമാണ് ഇപ്പോഴവളെ ഇതിനു പ്രേരിപ്പിച്ചത്. അവളുടെ അമ്മൂമ്മയുടെ മെലിഞ്ഞ് ശോഷിച്ച ശരീരവും കുഴിയിലാണ്ട കണ്ണുകളും അവളെ അതിനു പ്രേരിപ്പിച്ചുകൊണ്ടിരുന്നു. അതിനാൽ ഭയം പിടിച്ചുമുറുക്കിയിട്ടും അവൾ താഴേയ്ക്കിറങ്ങാൻ തയ്യാറായില്ല. കുറേ കയറിയപ്പോൾ അവൾ കണ്ടു നീല സമുദ്രം, അതാ! താഴെ പച്ചനിറത്തിൽ വനം. മുകളിൽ ആകാശപ്പൂക്കൂട. വെള്ളക്കൊക്കിന്റെ ശബ്ദമൊന്നും കേൾക്കുന്നില്ല. ഉണർന്നില്ലേ. അതോ താൻ ചെയ്യാൻ പോകുന്ന ചതിയെപ്പറ്റി

മനസ്സിലാക്കിയോ? അതാ പക്ഷികളുടെ ഉച്ചത്തിലുള്ള കരച്ചിൽ കടലിൽ ദൂരെ പായ്ക്കപ്പലുകൾ. മേഘങ്ങളുടെ ചുവപ്പ്, റോസ്, മഞ്ഞ നിറങ്ങൾ. പച്ചമരങ്ങളിൽ എവിടെയാണ് വെള്ളക്കൊക്കിന്റെ കൂട് സ്ഥിതി ചെയ്യുന്നത്? അതാ അവിടെ വെള്ളക്കൊക്ക്! നോക്ക് നോക്ക്. അവളുടെ അടുത്തേക്കതാ രണ്ട് വെള്ളക്കൊക്കുകൾ! പിന്നെ അവ തിരികെ പറന്നു. അവൻ നല്കാമെന്നേറ്റ പണത്തെക്കുറിച്ചും, അമ്മൂമ്മയുടെ കഷ്ടപ്പാടുകളെക്കുറിച്ചും അവൾ അപ്പോൾ ഓർമ്മിച്ചു. പക്ഷേ, ആ വെള്ളപ്പക്ഷികളുടെ ജീവിതത്തെക്കുറിച്ചോർക്കുമ്പോൾ അവൾ കരഞ്ഞുപോയി. ഇറങ്ങാൻ നോക്കിയപ്പോൾ അവളുടെ വിരലുകൾ ശക്തമായി വേദനിച്ചു. കാലുകൾ വഴുതിപ്പോകുന്നു. പ്രയാസപ്പെട്ട് അവൾ ഇറങ്ങിത്തുടങ്ങി. വേട്ടക്കാരൻ പയ്യനോട് വെള്ളക്കൊക്കുകളെപ്പറ്റി പറയാനല്ല അവൾ ധൃതിപിടിച്ച് താഴെയിറങ്ങുന്നത്. അമ്മൂമ്മയോട് താൻ കണ്ട കടലിനെപ്പറ്റി പറയുവാനാണ്.

'സിൽവി... സിൽവി.'

അമ്മൂമ്മ അവിടെയൊക്കെ വിളിച്ചന്വേഷിച്ചു. വിളി കേട്ടില്ല. അവൾ കിടക്കുന്ന കിടക്ക ശൂന്യം. അവനും ഉണർന്ന് അവളെ തിരക്കി. അവന് ഉറപ്പായിരുന്നു അവൾ ആ പൈൻമരത്തിനരികിൽ കാണുമെന്ന്. അവളവിടെ വെള്ളക്കൊക്കിനെ കണ്ടിരിക്കണമെന്ന് അവൻ ഊഹിച്ചു. ഇന്നലെ അവൾ ഒന്നുരണ്ടുപ്രാവശ്യം അവിടേക്കു നോക്കുന്നത് അവൻ കണ്ടതുമാണ്.

പൈൻമരച്ചുവട്ടിൽ ഒരു പൈൻമരച്ചില്ലയ്ക്കൊപ്പം അതാ അവളുടെ വെളുത്ത പഴയ വസ്ത്രം. നിലത്തുകിടന്ന അവളെ അവർ താങ്ങിയെഴുന്നേല്പിച്ചു. അമ്മൂമ്മ എന്തെല്ലാം ചോദിച്ചിട്ടും അവളൊന്നും പറഞ്ഞില്ല. പൈൻമരച്ചില്ലകളുടെ ശബ്ദമെന്നപോലെ അത് കേട്ടുകൊണ്ടിരുന്നു. വെള്ളപ്പക്ഷികളെക്കുറിച്ചുള്ള രഹസ്യങ്ങളൊന്നും അവൾ നല്കുകയില്ല. ഒരിക്കലും.

9 789387 842342

Printed by Libri Plureos GmbH in Hamburg,
Germany